മയിൽപ്പീലി സ്പർശം

mayilppeelisparsam

•

ashitha

•

first edition
january 2017

•

second edition
september 2018

•

published
chintha publishers, thiruvananthapuram

•

typesetting
minerva

•

printed
akshara offset, thiruvananthapuram

•

cover
midas

വിതരണം

ദേശാഭിമാനി ബുക്ക് ഹൗസ്

H O തിരുവനന്തപുരം–695 035
Ph: 0471-2303026, 6063020
www.chinthapublishers.com
chinthapublishers@gmail.com

ബ്രാഞ്ചുകൾ

ഹെഡ്ഡാഫീസ് ബ്രാഞ്ച് കുന്നുകുഴി • സ്റ്റാച്യു തിരുവനന്തപുരം • കെ എസ് ആർ ടി സി ബസ് സ്റ്റേഷൻ ആലപ്പുഴ • കെ എസ് ആർ ടി സി ബസ് സ്റ്റേഷൻ എറണാകുളം • മച്ചിങ്ങൽ ലെയ്ൻ തൃശൂർ • ഐ ജി റോഡ് കോഴിക്കോട് • മാവൂർ റോഡ് കോഴിക്കോട് • എൻ ജി ഒ യൂണിയൻ ബിൽഡിങ് കണ്ണൂർ • സെൻട്രൽ ബസ് ടെർമിനൽ കോംപ്ലക്സ് താവക്കര കണ്ണൂർ

CO - 2452 / 4054
ISBN - 978-93-86364-26-5

മയിൽപ്പീലി സ്പർശം

(നോവൽ)

അഷിത

ചിന്ത പബ്ലിഷേഴ്സ്
തിരുവനന്തപുരം-695 035

അഷിത

കഥാകൃത്തും പരിഭാഷകയും. തൃശൂർ ജില്ലയിലെ പഴയന്നൂരിൽ ജനിച്ചു.
പ്രധാന കൃതികൾ: *മഴമേഘങ്ങൾ* (നോവലെറ്റുകൾ), *അഷിതയുടെ കഥകൾ, നിലാവിന്റെ നാട്ടിൽ, 365 കുഞ്ഞുകഥകൾ* (കഥകൾ), *ശിവേനസഹ നർത്തനം* (വിവർത്തനം), *കൊച്ചുരാജകുമാരൻ* (സ്വതന്ത്ര പരിഭാഷ).

പ്രസാധകക്കുറിപ്പ്

ഒരേ ലോകത്തിനുതന്നെ പലേ കാഴ്ചയുണ്ട്. മുതിർന്നവരുടെയും കുട്ടികളുടെയും ലോകം വിഭിന്നങ്ങളാണ്. സ്വന്തം ജീവിതത്തിനുമേൽ അധികാരമില്ലാത്തവരാണ് കുട്ടികൾ. മറ്റുള്ളവരുടെ ആജ്ഞകൾക്കു മുന്നിൽ ഒതുങ്ങി നില്ക്കേണ്ടിവരുന്നു ബാല്യകൗമാരങ്ങൾക്ക്. ഉണ്ണിമായ എന്ന പെൺകുട്ടിയുടെ ജീവിതത്തിലെ വിഹ്വലതകളും അവൾക്ക് കൈത്താങ്ങായി ആശ്വാസ മരമായി തണൽ വിരിക്കുന്ന ചെറിയ മനുഷ്യരും അവരുടെ വലിയ ലോകവുമാണീ നോവലിൽ അഷിത കോറിയിടുന്നത്. അഷിതയുടെ വിരൽ സ്പർശം ഈ നോവലിനെ വായനക്കാരുടെ പ്രിയപ്പെട്ട കൃതിയാക്കുന്നു. *മയിൽപ്പീലി സ്പർശ*ത്തിന്റെ ചിന്ത പതിപ്പിറക്കാനായതിൽ ഞങ്ങൾക്ക് സന്തോഷമുണ്ട്.

ചിന്ത പബ്ലിഷേഴ്സ്

ആമുഖം

ഇത് രണ്ടുപേർക്ക് സമർപ്പിക്കണമെന്നാണ് ഞാൻ ആഗ്രഹിച്ചത്. എനിക്ക് ഒരു ഗുരു ഉണ്ട്. ഗുരു നിത്യചൈതന്യയതി. മഹാസമാധിക്കു മുൻപ് അദ്ദേഹം ഒരിക്കൽ വീട്ടിൽ വരികയും മുഖവുരകളില്ലാതെ "കുട്ടികൾക്കുവേണ്ടി ഒന്നും എഴുതാൻ സാധിച്ചില്ല" എന്നു പറയുകയുമുണ്ടായി. അന്ന് എനിക്ക് ചെറുപ്പമായിരുന്നു. ചെറുപ്പത്തിന്റെ ഒരു ധൈര്യത്തിൽ "അതിനെന്താ ഞാനെഴുതിക്കോളാം" എന്ന് പറഞ്ഞു. എന്നെ സാകൂതം വീക്ഷിച്ച് അദ്ദേഹം പിന്നെയും പറഞ്ഞു. "പലതും എഴുതി, കുഞ്ഞുങ്ങൾക്കുവേണ്ടി ഒന്നും എഴുതാൻ സാധിച്ചില്ല." "സങ്കടപ്പെടേണ്ട, ഞാനെഴുതിക്കോളാം." എന്ന് ഞാൻ വീണ്ടും വാക്കുകൊടുത്തു. അപ്പോൾ അദ്ദേഹം ചിരിച്ചു. നിറയെ സന്തോഷം വഴിയുന്ന, ശിശുസഹജമായ ഒരു ചിരി. ശരിക്കും മുതിർന്നവരാകുന്നവരിൽ സദാ ശിശുക്കളുടെ നിഷ്കളങ്കത വർത്തിക്കുന്നു എന്ന് അങ്ങനെയാണ് ഞാൻ അറിഞ്ഞത്.

എനിക്ക് ഒരു മകളും ഉണ്ട്. ചെറിയ കുട്ടിയായിരിക്കുമ്പോൾ അവൾക്ക് ഉണ്ണാനും ഉറങ്ങാനും ഉണരാനും ഗൃഹപാഠം ചെയ്യാനും കഥ വേണമായിരുന്നു. സന്ധ്യക്ക് നക്ഷത്രങ്ങളെയും നിലാവിനെയും നോക്കി പറഞ്ഞ നുണക്കഥകൾക്ക് കണക്കില്ല. പെട്ടെന്ന് ഒരുദിവസം അവൾ കഥകളെ ഉപേക്ഷിച്ച് കമ്പ്യൂട്ടറിന്റെയും ടി വിയുടെയും ലോകത്തേക്ക് ചേക്കേറുകയും വലിയ കുട്ടിയാവുകയും ചെയ്തു. എന്റെ സന്ധ്യകൾ പൊടുന്നനെ നിശ്ശബ്ദമായി. അങ്ങനെ ഒരു നിശ്ശബ്ദസന്ധ്യയിലാണ് അയൽപക്കത്തെ മൂന്നു വയസ്സുകാരി അവളുടെ അമ്മയുടെ പിന്നാലെ നടന്ന് കഥയ്ക്കായി കെഞ്ചുന്നത് ഞാൻ കണ്ടത്. ഈശ്വരന്റെ അവസാനിക്കാത്ത അനുഗ്രഹം പോലെ, ഈ ഭൂമി പൂക്കളാലും കുഞ്ഞുങ്ങളാലും കഥകളാലും എക്കാലവും സമൃദ്ധമായിരിക്കുന്നുവല്ലോ–എന്നും അതങ്ങനെ ആയിരിക്കട്ടെ! എന്നും ഞാനറിഞ്ഞത് അപ്പോഴാണ്.

അതുകൊണ്ട് മൂന്നാമതായി ഈ കഥ എല്ലാ ചെറിയ കുട്ടികൾക്കും മുതിർന്ന ചെറിയ കുട്ടികൾക്കുമായി സമർപ്പിക്കുകയാണ്. എന്നെന്നേക്കുമായി മുതിർന്നുപോയവർക്ക് ഇതിൽ കാര്യമൊന്നുമില്ല. അവർ ഇതു വായിക്കേണ്ടതുമില്ല.

അഷിത

ഒന്ന്

“ശങ്കരൻ നായരേ!”

കേണൽ മുത്തശ്ശന്റെ ആ ഗർജ്ജനത്തിൽ വീടാകെ കുലുങ്ങിയെന്ന് ഉണ്ണിമായയ്ക്ക് തോന്നി. മേശയ്ക്കടിയിൽ ശ്വാസമടക്കി ഒളിച്ചിരിക്കുകയായിരുന്നു ഉണ്ണിമായ. മുത്തശ്ശൻ നിവർന്നേ നില്ക്കൂ. ഒരിക്കലും തലകുനിക്കുകയില്ല. അതറിയാം ഉണ്ണിമായയ്ക്ക്. അതുകൊണ്ടാണ് മേശയ്ക്കടിയിൽത്തന്നെ ഒളിക്കാമെന്നു വച്ചത്. പട്ടാളത്തിലിരുന്നതിന്റെ ബാക്കിയാണ് ആ ഗർജ്ജനവും ബൂട്സും തലകുനിക്കായ്കയും എന്ന് ശങ്കുമ്മാവൻ പറയും. ഇരുന്നിടത്തുനിന്ന് മുത്തശ്ശന്റെ ബൂട്സിട്ട കാലുകൾ കാണാം. പുകച്ചുരുളുകൾ വട്ടമിട്ട് ഉയർന്നുപോകുന്നതും കാണാം. മുത്തശ്ശൻ പൈപ്പ് ആഞ്ഞുവലിക്കുന്നുണ്ട്, തീർച്ച. അത് ഒരു ചീത്ത ലക്ഷണമാണ്. ദേഷ്യം കലശലാകുമ്പോഴാണ് മുത്തശ്ശന്റെ പൈപ്പുവലിക്ക് വേഗം വരിക. അത് ഉണ്ണിമായയ്ക്ക് നല്ല നിശ്ചയമാണ്. ബൂട്സിട്ട കാലുകൾ അമർത്തിച്ചവിട്ടി കേണൽ മുത്തശ്ശൻ മേശയ്ക്കരികിലേക്ക് നീങ്ങുന്നത് ഉണ്ണിമായ കണ്ടു. “ശങ്കരൻനായരേ!” ഏതു പാതാളത്തിലാണെങ്കിലും ശങ്കരൻനായർ കിടുങ്ങിപ്പോകുന്ന വിളി. ഉണ്ണിമായയ്ക്കും തോന്നി ലേശം ഒരു വിറയൽ. മുത്തശ്ശൻ മേശപ്പുറത്ത് കണ്ടിരിക്കാവുന്നത് എന്താണെന്ന് ഉണ്ണിമായയ്ക്ക് അസ്സലായി അറിയാം. മേശപ്പുറത്ത് തട്ടിയിട്ട മഷിക്കുപ്പി (അതിൽനിന്ന് മഷി അപ്പോഴും ഇറ്റിറ്റ് ഉണ്ണിമായയുടെ മുഖത്തേക്കും കാൽമുട്ടുകളിലേക്കും വീഴുന്നുണ്ടായിരുന്നു) പേനയുടെ ഒടിഞ്ഞ നിബ്ബ്. മുത്തശ്ശന്റെ മലർത്തിവച്ച ഡയറിയിൽ വലിയ അക്ഷരത്തിൽ ഉണ്ണിമായ എഴുതിയത്–

കാക്കേ കാക്കേ കൂടെവിടെ

പിന്നെ തൊട്ടപ്പുറത്ത് വരച്ചിട്ട ചിത്രവും.

കൈകൾ രണ്ടും കൂട്ടിപ്പിടിച്ച് ഉണ്ണിമായ തിരുതകൃതിയായി

പ്രാർത്ഥിച്ചു. "കൃഷ്ണാ ഗുരുവായൂരപ്പാ, ശങ്കുമ്മാവൻ ചന്തയ്ക്ക് പോയിട്ടുണ്ടാവണേ."

അയൽപക്കത്തെ അശോകന്റെ അമ്മൂമ്മയാണ് ഉണ്ണിമായയെ പ്രാർത്ഥിക്കാൻ പഠിപ്പിച്ചത്. കൃഷ്ണൻ കനിഞ്ഞില്ലെങ്കിലോ എന്ന സംശയവും ഒപ്പം തോന്നി ഉണ്ണിമായയ്ക്ക്. അതുകൊണ്ട് പ്രാർത്ഥന ഒന്നുകൂടി ആവർത്തിച്ച് ഇത്രയും കൂട്ടിച്ചേർത്തു: "ശങ്കുമ്മാവനെ ചന്തയ്ക്ക് പറഞ്ഞയച്ചാൽ പുഴുപ്പല്ലി രാധതന്ന മിഠായിയുടെ പകുതി ഞാൻ കൃഷ്ണനു തരാം."

പ്രാർത്ഥിച്ചു തീരുംമുമ്പ് ശങ്കുമ്മാവൻ വാതില്ക്കൽ പ്രത്യക്ഷപ്പെട്ടു. കള്ളക്കൃഷ്ണൻ! ഉണ്ണിമായ വിചാരിച്ചു.

"എവിടെ അവൾ? ഇന്നു ഞാൻ ശരിയാക്കുന്നുണ്ട്. താൻ കണ്ടോ അവൾ എന്താ കാണിച്ചു വെച്ചിരിക്കുന്നതെന്ന്?" കേണൽ മുത്തശ്ശൻ അലറി. ശങ്കുമ്മാവന്റെ നോട്ടം നീണ്ടുവന്ന് ഒരുനിമിഷം ഉണ്ണിമായയുടെ നോട്ടവുമായി ഇടഞ്ഞു. ഒറ്റനിമിഷം. പിന്നെ ശങ്കരൻനായർ കൺചിമ്മാതെ പറഞ്ഞു:

"അപ്പറത്ത് ആ അശോകൻ ചെറുക്കന്റെ കൂടെ കളിക്കണ്ണ്ണ്ടാവും. എന്തേപ്പോ ണ്ടായ്യേ?"

കേണലിന്റെ മറുപടി: "ശങ്കരൻനായരേ വേണ്ടാ" എന്ന താക്കീതായിരുന്നു.

"അവളെ ഉടനെ എന്റെ മുമ്പിലെത്തിക്കണം." അമർത്തിച്ചവിട്ടി കേണൽ പുറത്തേക്കു നടന്നുപോയി.

ഉണ്ണിമായയ്ക്ക് ശ്വാസം നേരെ വീണു. ശബ്ദമുണ്ടാക്കരുത് എന്ന് ആംഗ്യം കാണിച്ച് ഉണ്ണിമായയെ മെല്ലെ വാരിയെടുത്ത്, അടുക്കളയിലേക്ക് കൊണ്ടുപോകുന്ന വഴി, മുഖത്തെ മഷി തുടച്ചുമാറ്റി ശങ്കരൻനായർ ചോദിച്ചു.

"അമ്മുക്കുട്ടി എന്തിനേ മേശപ്പുറത്തുകയറിയത്?"

"ചിത്രം വരയ്ക്കാനും എയ്താനും."

"എന്തിനാ കേണൽ സാറിന്റെ മഷിക്കുപ്പി എടുത്തത്?"

"ചിത്രം വരയ്ക്കാൻ."

"പേനടെ നിബ്ബ് ഒടിച്ചതോ?"

"ചിത്രം വരയ്ക്കാൻ."

ശങ്കുമ്മാവൻ ചിരിച്ചുപോയി.

"ശങ്കരൻനായരേ!" വീടു മുഴുവൻ കുലുങ്ങുന്ന ആ വിളി വീണ്ടും ഉയർന്നു. അതിന്റെ അർത്ഥം ഉണ്ണിമായയ്ക്കും ശങ്കരൻനായർക്കും അറിയാം. ഉണ്ണിമായ അടുക്കളവാതിലിനുപിന്നിൽ ഒളിച്ചു. ആർദ്രമായ നോട്ടത്തോടെ ശങ്കരൻനായർ ഉണ്ണിമായയെ അറവുശാലയിലേക്ക് ആട്ടിൻകുട്ടിയെ എന്നപോലെ എടുത്തുകൊണ്ട് ഉമ്മറത്തേക്കുചെന്നു. മുറ്റത്ത് ചാരുകസേരയിൽ കണ്ണുകളടച്ച് കേണൽ ഇരിപ്പുണ്ടായിരുന്നു.

ഉണ്ണിമായയെ അടുത്തുകൊണ്ടുചെന്ന് ഇറക്കിവച്ചപ്പോൾ കേണൽ

കണ്ണുതുറക്കാതെതന്നെ ആവശ്യപ്പെട്ടു.

"നായരേ, ചൂരലെടുക്കൂ."

ശങ്കരൻനായരുടെ കണ്ണുകൾ നിറഞ്ഞു. പക്ഷേ, ഒരക്ഷരവും പറയാനുള്ള ധൈര്യം ഉണ്ടായില്ല. വടി കൊണ്ടുവന്നപ്പോൾ കണ്ണടച്ചിരിക്കുന്ന കേണലിനു മുൻപിൽ കൈനീട്ടി ഉണ്ണിമായ അനുസരണയോടെ നില്ക്കുകയാണ്. ചൂരൽ വന്നപ്പോൾ ഉണ്ണിമായ കണ്ണുകൾ ഇറുക്കിയടച്ചു. അവളുടെ കൈവെള്ളയിൽ ചൂരൽ ആഞ്ഞാഞ്ഞു വീണു. ഒന്ന്... രണ്ട്... മൂന്ന്... നാല്... അഞ്ച്...

ഉണ്ണിമായ അലറിക്കരയാൻ തുടങ്ങിയിരുന്നു.

"മതി ആ കുട്ടിയെ തല്ലിയത്" ശങ്കരൻനായർ രണ്ടും കല്പിച്ച് ഉണ്ണിമായയെ പിടിച്ചുമാറ്റി പറഞ്ഞു. രൂക്ഷമായി ശങ്കരൻനായരെ ഒന്നു നോക്കി, കേണൽ ചൂരൽ വലിച്ചെറിഞ്ഞു.

"ശിക്ഷ വേണ്ടപ്പോൾ അത് കൊടുക്കാഞ്ഞിട്ടാണ് ശങ്കരൻനായരേ അവൻ ചീത്തയായിപ്പോയത്. അവന്റെ മകളെയെങ്കിലും നേരെയാക്കാമോ എന്നു ഞാൻ ഒന്നു നോക്കട്ടെ."

തഞ്ചത്തിൽ ഉണ്ണിമായയെ വാരിയെടുത്ത് ശങ്കരൻനായർ സ്ഥലം വിട്ടു. വിമ്മിക്കരയുന്ന ഉണ്ണിമായയുടെ കൈവെള്ളയിൽ ഒരുമ്മകൊടുത്തു ശങ്കരൻനായർ.

"പോട്ടെ മോളേ, മുത്തശ്ശനല്ലേ."

"അല്ല." ഉണ്ണിമായ ചീറി. "ചീത്ത മുത്തശ്ശൻ."

"അങ്ങനെയൊന്നും പറയരുത്. നല്ല കുട്ടികൾ ഇങ്ങനെയൊന്നും പറയ്ല്യ."

"അല്ല. ഉണ്ണിമായ നല്ല കുട്ടിയല്ല. അതല്ലേ മുത്തശ്ശൻ തല്ലീത്?"

അതിന് ശങ്കുമ്മാവനു മറുപടിയുണ്ടായില്ല. ശങ്കുമ്മാവൻ ഉണ്ണിമായയെയുംകൊണ്ട് കയ്യാലകടന്ന്, അയൽപക്കത്തെ അശോകന്റെ വീട്ടിലേക്കു ചെന്നു. അയൽപക്കത്ത് അശോകനും അവന്റെ അമ്മൂമ്മയുമാണ് താമസം. അശോകന്റെ അമ്മ പേർഷ്യയിലാണ്. വല്ലപ്പോഴും ഒരു അമ്മാവൻ അന്വേഷിക്കാൻ വരും. ഉണ്ണിമായയെയുംകൊണ്ട് ശങ്കരൻനായർ ചെല്ലുമ്പോൾ അശോകന്റെ അമ്മൂമ്മ കോലായിലിരുന്ന് ഓലമെടയുന്നുണ്ടായിരുന്നു.

"എന്താ ശങ്കരൻനായരേ ഇന്നും കുട്ടിയെ തല്ലിയോ?"

"ഒന്നും പറയേണ്ട അമ്മൂമ്മേ." ശങ്കരൻനായർ പറഞ്ഞു. "കണ്ടു നില്ക്കാനും തടസ്സം പറയാനും വയ്യാണ്ടെ ഞാൻ സൂത്രത്തിൽ എടുത്തുകൊണ്ടു വന്നതാ. ഇത്തിരിനേരം അശോകന്റെകൂടെ കളിച്ചോട്ടെ എന്നു കരുതി."

"അവൻ കളിക്കാൻ പോയിട്ട് വന്നില്യല്ലോ. മോള് വാ, അമ്മൂമ്മ ഓലമെടയാൻ പഠിപ്പിച്ചു തരാം." ഉണ്ണിമായ ഏങ്ങലടിച്ചുകൊണ്ട് അമ്മൂമ്മയുടെ അടുത്തേക്കു ചെന്നു.

"ന്നാലും കൊറച്ചു കടുപ്പം തന്നെ ശങ്കരൻനായരേ, അഞ്ചു വയസ്സായ

കുട്ടിയെ ങ്ങനെ തല്ലാൻ പാടുണ്ടോ?" ഉണ്ണിമായയുടെ കൈ തലോടി അമ്മൂമ്മ ചോദിച്ചു. ഉണ്ണിമായയുടെ കരച്ചിൽ ഏറി. അമ്മൂമ്മയുടെ മങ്ങിയ കണ്ണുകളിൽ നോക്കി അവൾ ഏങ്ങലടിച്ചുകൊണ്ടിരുന്നു.

"എന്തിനാ മോളേ മുത്തശ്ശൻ തല്ലീത്?" അമ്മൂമ്മ ഉണ്ണിമായയുടെ താടി പിടിച്ചുയർത്തി മെല്ലെ ചോദിച്ചു.

"അറിയില്യ." ഉണ്ണിമായ പറഞ്ഞു.

അത് സത്യമായിരുന്നു. പല കാരണങ്ങളിൽ ഏതിനാണ് അടികൊണ്ടതെന്ന് ഉണ്ണിമായയ്ക്ക് നിശ്ചയമുണ്ടായിരുന്നില്ല. അമ്മൂമ്മയുടെ കണ്ണുകൾ ഈറനായി. അമ്മൂമ്മ ഉണ്ണിമായയെ മടിയിലേക്ക് പിടിച്ചിരുത്തി.

താടിക്ക് കൈയും കൊടുത്ത് ശങ്കുമ്മാവൻ പറഞ്ഞു. "കഷ്ടം! അതിന്റെ അച്ഛനും അമ്മയും ഉണ്ടായിരുന്നൂച്ചാലോ...."

അപ്പോഴാണ് പടികടന്ന് അശോകൻ കയറി വന്നത്. പത്താം ക്ലാസിലാണ് അശോകൻ പഠിച്ചിരുന്നത്. ഉണ്ണിമായയും അശോകനും ഒരു സ്കൂളിലായിരുന്നു. വന്നപാടേ, അശോകൻ ഉണ്ണിമായയെ എടുത്ത് വട്ടംകറക്കി. ഏങ്ങലടിക്കുന്നതിനിടയിൽ ഉണ്ണിമായ ചിരിക്കാൻ തുടങ്ങി. ഉണ്ണിമായയെ തോളത്തിരുത്തി അശോകൻ അകത്തേക്ക് കയറിപ്പോയി.

അന്നുമുതൽ ഉറക്കംതൂങ്ങുന്ന ഉണ്ണിമായയെ ചുമലിലിട്ട് മുകളിലെ അവളുടെ കിടപ്പുമുറിയിൽ കൊണ്ടുകിടത്തുമ്പോൾ ഉണ്ണിമായ പകുതി ഉറക്കത്തിൽ ചോദിച്ചു.

"ശങ്കുമ്മാവാ, ഇനിക്ക് ഒരു ചിത്രം വരച്ചുതര്വോ?"

"അയ്യോ അമ്മുക്കുട്ടീ, ശങ്കുമ്മാവന് ചിത്രം വരയ്ക്കാനൊന്നും നിശ്ശല്യ. ഒരു വരകൂടി നേരെ വരയ്ക്കാനറിയില്യ. വേണെങ്കിൽ ശങ്കുമ്മാവൻ ഒരു കഥ പറഞ്ഞുതരാം. കൃഷ്ണന്റെ കഥ. വേഗം ഉറങ്ങണംട്ടോ."

ശങ്കുമ്മാവൻ കഥ പറയാൻ തുടങ്ങി. കൃഷ്ണൻ കംസനെ കൊല്ലുന്ന ഭാഗമെത്തിയപ്പോൾ ഉണ്ണിമായ ശങ്കുമ്മാവന്റെ ചെവിയിൽ സ്വകാര്യമായി ചോദിച്ചു:

"നമ്മുടെ മുത്തശ്ശനും ഒരു രാക്ഷസനാ, ല്ലേ ശങ്കുമ്മാവാ?" പിന്നെ ഉത്തരത്തിനു കാക്കാതെ ഉണ്ണിമായ ഉറങ്ങിപ്പോകുകയും ചെയ്തു.

രണ്ട്

കാലത്ത് കുളിപ്പിച്ച് ഉണ്ണിമായയെ സ്കൂളിലേക്ക് ഒരുക്കുമ്പോൾ ശങ്കരൻനായർ വീണ്ടും അവളുടെ കുഞ്ഞിക്കൈ പരിശോധിച്ചു. നീലിച്ചു കിടക്കുന്ന പാടുകൾ കണ്ട് സങ്കടം സഹിക്കാതെ ശങ്കരൻനായർ ചോദിച്ചു.

"അമ്മുക്കുട്ടിക്ക് സ്കൂളിൽ പോയാലെങ്കിലും സന്തോഷായിട്ട് കളിച്ചു നടക്കാലോ അല്ലേ?"

ഉണ്ണിമായ ഗൗരവത്തിൽ ചുണ്ടുകൂർപ്പിച്ചു നിന്നതല്ലാതെ ഒന്നും പറഞ്ഞില്ല. ശങ്കരൻനായർ വിട്ടില്ല.

"അതെന്താ അമ്മുക്കുട്ടി ഒന്നും മിണ്ടാത്തത്? ശങ്കുമ്മാവനോടും പിണക്കമാണോ?"

"ഉണ്ണിമായ തലയാട്ടി. പിന്നെ ഗൗരവമുള്ള ഒരു കാര്യത്തിൽ അഭിപ്രായം ചോദിക്കുന്നതുപോലെ ചോദിച്ചു:

"സ്കൂളിൽ പോയാൽ ടീച്ചർ അടിക്കുമ്പോ ഏതു കൈയാ നീട്ടിക്കാണിക്യാ? മറ്റേ കൈയ് കാണിച്ചാമതി, അല്ലേ?"

ശങ്കുമ്മാവന് സങ്കടംകൊണ്ട് നെഞ്ചുപൊട്ടുമെന്നുതോന്നി. ഒന്നും മിണ്ടാതെ അവളെ വാരിയെടുത്ത് ഒരുമ്മ കൊടുത്തു. ഉണ്ണിമായ ശങ്കുമ്മാവന്റെ കൈയിൽനിന്ന് ഊർന്നിറങ്ങി ഊൺതളത്തിലേക്ക് ഓടി. കേണൽ പ്രഭാതഭക്ഷണത്തിന് ഇരുന്നുകഴിഞ്ഞിരുന്നു. പ്രഭാത ഭക്ഷണത്തിന് കൃത്യസമയത്ത് ഉണ്ണിമായയും ഹാജരായിരിക്കണമെന്ന് കേണലിന് നിർബ്ബന്ധമാണ്. വലിയ ഒരു മേശയുടെ ഒരറ്റത്ത് കേണൽ ഇരിക്കും. എതിരേ മറ്റേയറ്റത്ത് ഉണ്ണിമായയും. ശങ്കുമ്മാവൻ വിളമ്പും. പ്രാതൽസമയത്ത് മിണ്ടാൻ പാടില്ല. അത് കർശനമായി അനുസരിക്കേണ്ട നിയമമാണ്. വായിൽ ഭക്ഷണം വെച്ചുകൊണ്ട് സംസാരിക്കുന്നത് കേണലിന് ഇഷ്ടമല്ല.

മേശയുടെ ഒരറ്റത്ത് പമ്മിയിരുന്നു പ്രാതൽ വാരിവിഴുങ്ങി ഒറ്റവീർപ്പിന് പാലുംകുടിച്ച് പോകുന്നപോക്കിൽ തലേന്നത്തെ സർവ്വ കാര്യങ്ങളും മറന്നു.

"ടാറ്റാ മുത്തശ്ശാ, കേണൽ മുത്തശ്ശാ, പുന്നാരമുത്തശ്ശാ..." എന്ന പാട്ടും പാടി ഓടിയിറങ്ങി സ്കൂളിലേക്കു പോകുന്നത് ശങ്കരൻനായർ ആർദ്ര മായ ചിരിയോടെ നോക്കിനിന്നിരുന്നു.

അശോകന്റെ കൂടെയാണ് എന്നും ഉണ്ണിമായ സ്കൂളിലേക്ക് പോവു കയും വരികയും ചെയ്തിരുന്നത്. സ്കൂളിലെത്തുന്നതുവരെ അശോകൻ ഉണ്ണിമായയുടെ കൈ പിടിക്കും. കേണലിന്റെ ആജ്ഞയാണ്. പക്ഷേ, അന്ന് കൈപിടിച്ചപ്പോൾ ഉണ്ണിമായ അടക്കിയ നിലവിളിയോടെ കൈവലിച്ചു. അശോകന് മനസ്സിലായി.

ചെമ്മൺപാതയിലൂടെ അവർ മിണ്ടാതെ അങ്ങനെ നടന്നു. ചെമ്മൺപാത പിന്നിട്ടാൽ പിന്നെ വയലാണ്. വെള്ളം തിരിച്ചുവിടാൻ ഇടയ്ക്ക് കഴായകൾ ഉണ്ടാവും. ചിലത് വലുത് ചിലത് ചെറുത്. അവ ചാടി കടക്കണം. അതിന് അശോകൻ ഉണ്ണിമായയുടെ കൈപിടിച്ച് പൊക്കി യെടുത്ത് വയ്ക്കുകയാണ് പതിവ്. അന്ന് അശോകൻ പറഞ്ഞു. "ബാ, ഞാനെടുത്തു കടത്തിവിടാം." അത് ഉണ്ണിമായയ്ക്ക് രസിച്ചു. ചിലപ്പോൾ മാത്രമേ ഇത്രയ്ക്ക് സ്നേഹത്തോടെ അശോകൻചേട്ടൻ അവളോട് പെരു മാറാറുള്ളു. എടുത്ത് കഴായ കടത്തുമ്പോൾ അശോകൻ ചോദിച്ചു. "ഉണ്ണി മായയ്ക്ക് ഇന്നലെ നല്ലോണം വേദനിച്ചു അല്ലേ?" ഉണ്ണിമായ അശോകന്റെ മുഖത്തുനോക്കാതെ മൂളി. അശോകൻ കനിവോടെ ചോദിച്ചു: "സ്കൂൾവ രെ അശോകൻ ചേട്ടൻ എടുക്കണോ?" വേണ്ട എന്ന് ഉണ്ണിമായ തലയാ ട്ടി. അശോകൻചേട്ടന്റെ വിരൽത്തുമ്പും പിടിച്ച് സഞ്ചിയിൽ താളമിട്ട് അവൾ നടന്നു. വയൽകഴിഞ്ഞാൽ അമ്പലമാണ്. അമ്പലത്തിൽ ഉണ്ണി ക്കൃഷ്ണനുണ്ട് എന്നാണ് ശങ്കുമ്മാവൻ പറഞ്ഞത്. അമ്പലമുറ്റം മുറിച്ചു കടന്നാൽ വഴി ലാഭമുള്ളതുകൊണ്ട് അവർ അതിലേയാണുപോകുക. പോകുമ്പോൾ നടയടച്ചിരിക്കും. എന്നാലും ഉണ്ണിമായ കൃഷ്ണനോട് എന്തെങ്കിലും ഒരു കുശലം പറയും. അത് പതിവാണ്. "കൃഷ്ണാ, ഞാനിന്ന് ABCD പഠിച്ചു." എന്നോ "കൃഷ്ണാ ഇന്ന് ജനഗണമന പാടി." എന്നോ "കൃഷ്ണാ, മൊട്ട മൊയ്തീനെ ടീച്ചറടിച്ചു." എന്നോ എന്തെ ങ്കിലും ഒരു വാക്ക്. അശോകൻചേട്ടൻ അതുകേട്ട് ചിരിക്കുന്നത് ഉണ്ണി മായ കണ്ടിട്ടുണ്ട്. അശോകൻചേട്ടൻ ചില കാര്യങ്ങളിൽ വലിയവരെ പ്പോലെ തന്നെയാണ്. ചിലതങ്ങോട്ട് മനസ്സിലാവുകയില്ല. എത്ര പറ ഞ്ഞാലും മനസ്സിലാവില്ല. എന്നാലും അശോകൻചേട്ടനെ ഉണ്ണിമായയ്ക്ക് വലിയ ഇഷ്ടമാണ്

അമ്പലത്തിലെ പൂഴിവിരിച്ച മണലിലൂടെ അവൾ ഒറ്റ ഓട്ടം വച്ചുകൊ ടുത്തു. അതിന്റെ അപ്പുറത്ത് പറമ്പാണ്. അവിടെ വലിയ ഒരു ആൽമര മുണ്ട്. പറമ്പിൽ പശുക്കൾ മേയുന്നുണ്ടാവും. കന്നുകളെ മേയാൻവിട്ട് സെയ്താലി തെല്ലപ്പുറത്ത് തലയ്ക്കടിയിൽ കൈയുംവച്ച് കിടക്കുന്നുണ്ടാ

വും. അത് കാണുമ്പോഴൊക്കെ ഉണ്ണിമായയ്ക്കും ആശയാവും - ഒരു ദിവസമെങ്കിലും സ്കൂളിൽപ്പോകാതെ ആകാശം നോക്കി അങ്ങനെ ദിവസം മുഴുവൻ കിടക്കാൻ സാധിച്ചെങ്കിൽ! ഹായ്!

അശോകൻ പിന്നിൽനിന്ന് വിളിച്ചു പറഞ്ഞു: "ഉണ്ണിമായമ്മേ, നില്ക്ക്, ചേട്ടന്റെ കൈപിടിച്ചു നടന്നാൽ മതി. ഓടണ്ട, മുത്തശ്ശൻ തല്ലും."

ഉണ്ണിമായ നിന്നു. അശോകൻ പറഞ്ഞതുകൊണ്ടല്ല. മറ്റാരുടെയും കണ്ണിൽപ്പെടാത്ത ഒന്ന് ഉണ്ണിമായയുടെ കണ്ണിൽപ്പെട്ടിരുന്നു. അരയാലിൻകൊമ്പത്ത്, ഇലപ്പടർപ്പുകൾക്കിടയിൽ, ഒരു വലിയ മയിൽപ്പീലി! അശോകൻ അടുത്തെത്തിയപ്പോഴും ഉണ്ണിമായ അങ്ങനെ നോക്കി നില്ക്കുകയാണ്. പച്ചയും നീലയും ഇന്ദ്രജാലമൊരുക്കിയതുപോലെ ഒരു മയിൽപ്പീലി.

"ഹായ്! ഹായ്!" ഉണ്ണിമായ അശോകനോടു പറഞ്ഞു: "അശോകൻചേട്ടാ, ഇനിക്ക് അതുവേണം." ഉണ്ണിമായ കൈ ചൂണ്ടിയ ദിക്കിലേക്ക് അശോകൻ നോക്കി. അവനും കണ്ടു ആ മയിൽപ്പീലി. അങ്ങനെ ഒരെണ്ണം അതേവരെ അവനും കണ്ടിരുന്നില്ല. എന്തു വലിപ്പം! എന്തു ഭംഗി!

"അശോകൻചേട്ടാ, അതുവേണം" ഉണ്ണിമായ ആവർത്തിച്ചു. എട്ടാം ക്ലാസിൽ പഠിക്കുന്ന മൊട്ട മൊയ്തീനും അഞ്ചിലെ ഉണ്ടക്കണ്ണൻ പക്രുവും തെക്കേതിലെ പുഴുപ്പല്ലി രാധയും ആ വഴി വന്നത് അപ്പോഴാണ്.

അവരും നിന്നു. "എന്താ, അത്?" മൊട്ട മൊയ്തീൻ ചോദിച്ചു:

"എന്തിനാ ഉണ്ണിമായേ വഴക്കുകൂടുന്നത്?" പുഴുപ്പല്ലി രാധയും ചോദിച്ചു.

എന്തെങ്കിലും പറയുന്നതിനുമുൻപ് സ്കൂളിൽ ബെല്ലടിക്കുന്നത് അവ്യക്തമായി ഉയർന്നുകേട്ടു.

ഏറ്റവും ആദ്യം ഓടിയത് മൊട്ട മൊയ്തീനാണ്. പരിഭ്രമിച്ച് ഉണ്ടക്കണ്ണൻ പക്രുവും പിറകേ രാധയും വച്ചുപിടിച്ചു.

അശോകനും ഉണ്ണിമായയെ വാരിയെടുത്ത് ഓടാൻ ഭാവിച്ചു. ഉണ്ണിമായ പിടഞ്ഞിറങ്ങി വാശിപിടിക്കാൻ തുടങ്ങി: "എനിക്ക് അതെടുത്തു താ അശോകൻ ചെറുക്കാ." ദേഷ്യവും സങ്കടവും ഒന്നിച്ചു വരുമ്പോൾ അശോകനെ അവൾ അങ്ങനെയാണ് വിളിക്കുക. അശോകന് ദേഷ്യം വന്നു. അവൻ കൈയോങ്ങി: "ഒരു കീറു വച്ചുതരും ഞാൻ. കേണൽ സാറിനോടു പറയട്ടെ, ഇത്തിരി വെളവുകൂടുതലാ പെണ്ണിന്." ദേഷ്യം സഹിക്കാതെ അവളുടെ തലയ്ക്കൊരു കിഴുക്കു കൊടുത്ത് അവളെ വലിച്ചുകൊണ്ട് ഓടാൻ തുടങ്ങി. വിമ്മിവിമ്മിക്കരഞ്ഞുകൊണ്ട്, മയിൽപ്പീലിയെ ഇടയ്ക്കിടെ തിരിഞ്ഞുനോക്കി ഉണ്ണിമായ ഓടിയും നടന്നും ഗത്യന്തരമില്ലാതെ അവന്റെ പിറകെ പോയി. സൂര്യൻ പൊടുന്നനേ പ്രഭാവശാലിയായി. അമ്പലക്കുളത്തിലും പറമ്പിലും തങ്കനിറമാർന്ന രശ്മികൾ ഓളംവെട്ടി. തന്റെ കരച്ചിൽകണ്ട് ദൈവം ചിരിക്കുകയാണെന്ന് ഉണ്ണിമായയ്ക്കു തോന്നി. അതവളെ കൂടുതൽ കരയിച്ചു. പൊടുന്നനേ ഒരു കാറ്റുവീശി.

എന്തൊരു കാറ്റായിരുന്നു അത്! ഇലപൊഴിച്ച്, പൂ നുള്ളി, അപ്പൂ

പ്പൻതാടികൾ പറത്തി, അമ്പലക്കുളത്തിനെ ഉലച്ച് തിരയിളക്കി തലയുയർത്തി നില്ക്കുന്ന പുൽനാമ്പുകളെ തലോടി, ആൽമരത്തെപ്പോലും പിടിച്ചു കുലുക്കിയ ആ കാറ്റിൽ ആലിൻകൊമ്പത്ത് തങ്ങിയിരുന്ന ആ മയിൽപ്പീലി പീലിക്കാവടി ആടുന്ന ചേലിൽ വട്ടമിട്ടുവട്ടമിട്ട് ഉണ്ണിമായയുടെ സഞ്ചിയിൽ വന്നുവീണു.

വിശ്വസിക്കാനായില്ല ഉണ്ണിമായയ്ക്ക്! അശോകന്റെ പിന്നാലെ ഓടുന്നതിനിടയ്ക്ക് അവളത് സഞ്ചിയിലേക്കു തള്ളിക്കയറ്റി. പൊടുന്നനേ അവളുടെ സർവ്വസങ്കടവും തീർന്നു. ഓടുന്നതിനിടയ്ക്ക് ശ്വാസമെടുത്ത് അശോകൻ ചോദിച്ചു:

"എന്താ പെണ്ണേ മോങ്ങലൊക്കെ തീർന്നോ?"

ഉണ്ണിമായ മിണ്ടിയില്ല. അവളുടെ മനസ്സിലാകെ ഒരു സന്തോഷമാണ്. അമൂല്യമായ ഒരു നിധി കിട്ടിയതുപോലെ. മുത്തശ്ശന്റെ അടിയോ, അശോകൻചേട്ടന്റെ വഴക്കോ സാരമില്ലാതാക്കുന്ന ഒരു സന്തോഷം. ക്ലാസിലേക്കാക്കുമ്പോൾ അശോകൻ പറഞ്ഞു:

"ഭാഗ്യം. 'തെയ്യം' ക്ലാസിൽ എത്തീട്ടില്ല. ഓടിക്കേറിക്കോ."

ഉണ്ണിമായയുടെ ക്ലാസ് ടീച്ചർ ദമയന്തിക്ക് കുട്ടികളിട്ട ഓമനപ്പേരാണ് 'തെയ്യം.' ദേഷ്യം വന്നാൽ ടീച്ചർ തെയ്യം കളിക്കുന്നതുപോലെയാണ് ആടിത്തിമിർക്കുക. അശോകൻചേട്ടന്റെ പരിഭ്രമം കണ്ടപ്പോൾ അശോകൻചേട്ടൻ പാവമാണെന്ന് ഉണ്ണിമായയ്ക്കു തോന്നി. അതോടെ കലശലായ ഇഷ്ടവുംതോന്നി അശോകൻചേട്ടനോട്. തന്റെ ക്ലാസിലേക്ക് ഓടാൻ തുടങ്ങുകയായിരുന്ന അശോകൻചേട്ടന്റെ ഷർട്ടിൽ പിടിച്ചുവലിച്ച് ഏന്തിവലിഞ്ഞ് അവന്റെ കവിളിൽ ഉണ്ണിമായ ഒരുമ്മകൊടുത്തു. അവൻ അമ്പരന്നുപോയി. ആ തക്കംനോക്കി കവിളത്തൊരു കടിയും വെച്ചുകൊടുത്ത് ആർത്തുചിരിച്ച് ഉണ്ണിമായ ക്ലാസിലേക്ക് ഓടിക്കയറി.

മൂന്ന്

ദമയന്തി ടീച്ചറുടേതായിരുന്നു ആദ്യത്തെ പിരീഡ്. ടീച്ചർ വന്നപ്പോൾ ഉണ്ണിമായ സഞ്ചിയിലെ മയിൽപ്പീലി പരിശോധിക്കുകയായിരുന്നു. ടീച്ചർ വന്നത് അവൾ കണ്ടില്ല. എന്തൊരു മിനുസമാണ് മയിൽപ്പീലിക്ക്. നോക്കിയിരിക്കുന്തോറും അത് തന്നോട് മന്ദഹസിക്കുന്നതുപോലെ. അത് ശങ്കുമ്മാവന്റെ ചിരിപോലെയല്ല. അശോകൻചേട്ടന്റേതുപോലെയുമല്ല.

ക്ലാസുമുഴുവൻ എഴുന്നേറ്റു നിന്ന് ടീച്ചറോട് "ഗുഡ്മോർണിങ് ടീച്ചർ" എന്ന് നിലവിളിച്ചത് ഉണ്ണിമായ കേട്ടില്ല.

അശോകൻചേട്ടന്റെ അമ്മൂമ്മയുടേതുപോലെയുമല്ല. അങ്ങനെ ഒരു മന്ദഹാസം ഇതുവരെ ഉണ്ണിമായ കണ്ടിട്ടില്ല. ചിലപ്പോ കേണൽ മുത്തശ്ശൻ എന്നെങ്കിലും ചിരിച്ചാൽ ഇതുപോലെയുണ്ടാവുമോ? ഉണ്ണിമായ കിണഞ്ഞ് ആലോചിക്കുകയായിരുന്നു. സഞ്ചിയിൽ തല പൂഴ്ത്തിയിരിക്കുന്ന ഉണ്ണിമായയെ ടീച്ചർ കണ്ടതപ്പോഴാണ്.

"ഉണ്ണിമായ സ്റ്റാൻഡപ്പ്!" ടീച്ചർ ആക്രോശിച്ചു. ഉണ്ണിമായ എഴുന്നേറ്റു.

"ടീച്ചർ ക്ലാസിൽവന്നാൽ എഴുന്നേറ്റുനിന്ന് എന്ത് പറയണമെന്നാണ് പഠിപ്പിച്ചത്?"

"ഗുപ്പോണിങ് ടീച്ചർ!" ഉണ്ണിമായ പറഞ്ഞു.

"ഗുഡ്മോണിങ് എന്നു പറയൂ കുട്ടീ, ഗുപ്പോണിങ്ങല്ല." ടീച്ചർ തിരുത്തി.

"ഗുപ്പോണിങ് ടീച്ചർ!" എല്ലാ കുട്ടികളും ഒരേസ്വരത്തിൽ നിലവിളിച്ചു. ടീച്ചർ പഠിപ്പിക്കാൻ തുടങ്ങി.

ഉണ്ണിമായയുടെ മനസ്സിൽ ആ മയിൽപ്പീലിയാണ്. അതിനെ തൊട്ടു തലോടണം. സഞ്ചിക്കകത്തിരുന്നു അത് വിളിക്കുന്നതുപോലെ. ടീച്ചർ ബോർഡിലെഴുതുമ്പോൾ അവളത് സൂത്രത്തിൽ പുറത്തെടുത്തു. അടു

ത്തിരിക്കുന്ന പുഴുപ്പല്ലി രാധ "ഹായ്! മയിൽപ്പീലി, നോക്കട്ടെ നോക്കട്ടെ" എന്നുംപറഞ്ഞ് അതിൽ കടന്നുപിടിച്ചു. ഉണ്ണിമായ രണ്ടുകൈയും പിന്നിലേക്കാക്കി. അപ്പോൾ പുറകിലെ ബെഞ്ചിലിരുന്ന വിക്ടർ ജോൺ അത് തട്ടിയെടുത്തു. അതിനിടയിൽ ശ്രുതിക്കുട്ടിയുടെ കാലിൽ ചവിട്ടി, ശ്രുതിക്കുട്ടി ഉറക്കെ കരയാൻതുടങ്ങി. വലിയ ബഹളമായി.

"എന്താ അവിടെ? മിണ്ടാതിരിക്കൂ കുട്ടികളേ." ടീച്ചർ ഒച്ചയിട്ടു.

"ടീച്ചർ, ദാ മയിൽപ്പീലി! മയിൽപ്പീലി!" പുഴുപ്പല്ലുകാട്ടി ചിരിച്ചു കൊഞ്ചി രാധ പറഞ്ഞു.

"അത് ഇന്റെ മയിൽപ്പീലിയാ" ഉണ്ണിമായ നിലവിളിച്ചു.

ശ്രുതിക്കുട്ടി പൂർവ്വാധികം ഉച്ചത്തിൽ കരഞ്ഞു.

ടീച്ചർ വടിയുമായി ഓടിവന്നു.

"എന്താത്?" ടീച്ചർ വിക്ടർ ജോണിനോടു ചോദിച്ചു.

"എന്താ കുട്ടീ കൈയില്?"

"മയിൽപ്പീലി." വിക്ടർ സന്തോഷത്തോടെ പറഞ്ഞു.

കരഞ്ഞുകൊണ്ട് ശ്രുതിക്കുട്ടി അതിനായി കൈനീട്ടി. കുട്ടികൾ ഒന്നടങ്കം ഓടിവന്ന് ടീച്ചറെ ചുറ്റി നില്പായി.

"എല്ലാവരും അവരവരുടെ സീറ്റിൽ പോയിരിക്കൂ."

ടീച്ചർ വടി വീശിക്കൊണ്ടു പറഞ്ഞു.

"ടീച്ചർ എന്റെ സീറ്റിൽ അബ്ദുവും സുഹാസിനിയും കയറിയിരുന്നു, എന്റെ സീറ്റുപോയി." ദാമോദരൻ കരഞ്ഞു.

"ദൈവമേ ഏതു നേരത്താണോ ഞാനീ ജോലിക്കുവന്നത്!" ടീച്ചർ തല പിച്ചിപ്പറിച്ചുകൊണ്ട് അലറി; "പോയിരിക്കൂ കുട്ടികളേ." ടീച്ചർ കിട്ടിയ കുട്ടികൾക്കെല്ലാം ഓരോ അടി വച്ചുകൊടുത്തു.

അതിനിടെ ഫിലിപ്പോസ് പോക്കറ്റിൽനിന്ന് അഞ്ചാറ് അപ്പൂപ്പൻ താടികളെടുത്ത് ഊതിപ്പറപ്പിച്ചു. ക്ലാസിൽ മുഴുവൻ അപ്പൂപ്പൻ താടികളായി. കുട്ടികൾ അവയുടെ പുറകേ ഓടി.

"ടീച്ചർ എന്റെ മയിൽപ്പീലി." ഉണ്ണിമായ കരഞ്ഞു. ടീച്ചർ ഓടി വന്നു. ബെഞ്ചിന്റെ മുകളിൽ നില്ക്കുകയായിരുന്ന വിക്ടറിന് ഒരടി വെച്ചുകൊടുത്ത് അലറി: "ഇറങ്ങു കുട്ടീ, ഇങ്ങുതരൂ മയിൽപ്പീലി." മയിൽപ്പീലി പിടിച്ചുപറിച്ച് ജനലിലൂടെ പുറത്തേക്ക് ഒരേറുവച്ചു കൊടുത്ത് ടീച്ചർ മുറുമുറുത്തു: "മനുഷ്യക്കുട്ടികളെ പൊറുപ്പിക്കാൻ പറ്റുന്നില്ല. അതിനിടയ്ക്കാ അപ്പൂപ്പന്താടിയും മയിൽപ്പീലിയും. ഹും!"

ജനലിലൂടെ മയിൽപ്പീലി താഴോട്ട് വട്ടം ചുറ്റിച്ചുറ്റി അങ്ങനെ പോകുന്നതുകണ്ട് സ്തംഭിച്ചുനില്ക്കുകയായിരുന്ന ഉണ്ണിമായ പൊട്ടിക്കരയാൻ തുടങ്ങി. ക്ലാസ് പെട്ടെന്ന് നിശ്ശബ്ദമായി. ആ കരച്ചിലിലെ യഥാർത്ഥ സങ്കടം എല്ലാ കുരുന്നുഹൃദയങ്ങളെയും ഉലച്ചതുപോലെ. അമ്പരന്നടീച്ചർ ഉണ്ണിമായയുടെ ചെവിക്ക് തിരുമ്മി അവളെ സീറ്റിൽ കൊണ്ടുചെന്നിരുത്തി. "മിണ്ടിപ്പോകരുത്. ഞാൻ മുത്തശ്ശനോട് പറഞ്ഞു കൊടുക്കും. അനുസരണംകെട്ട കുട്ടി!"

ഉണ്ണിമായ അടക്കിയ തേങ്ങലുമായി തലതാഴ്ത്തിയിരുന്നു.

"സാരല്യ. ഞമ്മള് കുട്ടിക്ക് ഒട്ടകപ്പക്ഷീന്റെ തൂവൽ കൊണ്ടത്തരാം. ന്റെ വാപ്പ ദുബായീന്ന് കൊണ്ടത്തരൂലോ." നബീസ തട്ടം തലയിലൂടെ വലിച്ചിടുന്നതിനിടയിൽ സ്വകാര്യമായി പറഞ്ഞു.

"ശ്ശ്ശ്... ശബ്ദമുണ്ടാക്കാതെയിരിക്കൂ, എല്ലാവരും പാഠപുസ്തകമെടുക്ക്." ടീച്ചർ മേശപ്പുറത്ത് അടിച്ചുകൊണ്ട് പറഞ്ഞു. എല്ലാവരും പാഠപുസ്തകമെടുത്തു. ഒരു കുട്ടിമാത്രം തലയും താഴ്ത്തി പുസ്തകമൊന്നുമില്ലാതെ ഇരിക്കുന്നത് ദമയന്തി ടീച്ചർ കണ്ടു.

"എന്താ കുട്ടീ പുസ്തകം കൊണ്ടുവന്നില്ലേ?" ടീച്ചർ ചോദിച്ചു.

"അതു പുതിയ കുട്ടിയാ ടീച്ചർ." എല്ലാവരും ഒരുമിച്ചു വിളിച്ചു കൂവി.

"ങാ ശരിതന്നെ, ഹെഡ്മാസ്റ്റർ പറഞ്ഞിരുന്നു."

"എന്താ കുട്ടീടെ പേര്?" ടീച്ചർ ചോദിച്ചു.

"വിചിത്രജീവി." എല്ലാവരും കൂടി ആർത്തുചിരിച്ചു.

"വിചിത്രജീവിയോ?" ടീച്ചർക്ക് അരിശം വന്നു. "അനാവശ്യം പറഞ്ഞാൽ തുട അടിച്ചുപൊട്ടിക്കും."

വിചിത്ര ജി വി എന്നാണ് ടീച്ചർ, കുട്ടികൾ ഒന്നടങ്കം പറഞ്ഞു.

"ശരി ശരി" ചമ്മലോടെ ടീച്ചർ ആവശ്യപ്പെട്ടു. "വിക്ടർ എഴുന്നേറ്റു നിന്ന് ABCD ചൊല്ലിക്കേ."

വിക്ടർ എഴുന്നേറ്റു നിന്ന് ഈണത്തിൽ പാടി.

"ABCD ഒരു ബീഡി"

കത്തിച്ചപ്പോൾ അരബീഡി."

ടീച്ചറുടെ മുഖം അരിശംകൊണ്ട് ചുവക്കുകയും കണ്ണുതള്ളുകയും ചെയ്തു.

"പൊലീസുകാരൻ കണ്ടെത്തി

നടക്കെട, പട്ടീ വടക്കോട്ട്..." ഫിലിപ്പോസ് പൂരിപ്പിച്ചു പാടി.

ടീച്ചർ രണ്ടുപേർക്കും വടി ഒടിയുംവരെ തല്ലുകൊടുത്ത് നൂറു പ്രാവശ്യം ഇമ്പോസിഷനും വിധിച്ചു.

ഉണ്ണിമായ അപ്പോഴും ഏങ്ങലടക്കാൻ പാടുപെടുകയായിരുന്നു.

അപ്പോൾ ബെല്ലടിച്ചു.

അന്നത്തെ ഓരോ പിരീഡും ഒരിക്കലും തീരുകയില്ലെന്ന് ഉണ്ണിമായയ്ക്ക് തോന്നി. ഒരുവിധം സ്കൂൾ വിടുന്നതുവരെ കഴിച്ചുകൂട്ടി. അവളുടെ മനസ്സുമുഴുവൻ വട്ടംചുറ്റി വീണു മറഞ്ഞുപോയ ആ മയിൽപ്പീലിയിലായിരുന്നു. അതിന് എന്തുപറ്റിയിട്ടുണ്ടാവും? വീണപ്പോൾ അതിന് വേദനിച്ചിട്ടുണ്ടാവുമോ? അതെങ്ങോട്ടു പോയിട്ടുണ്ടാവും?

ആരോടുചോദിക്കാൻ! കുട്ടികളുടെ ചോദ്യങ്ങൾക്ക് ആരും മറുപടി തരികയില്ല. കുട്ടികളോട് ചോദ്യങ്ങൾ ചോദിക്കാനാണ് ലോകത്തിനു താല്പര്യം. അത് ചെയ്തുവോ, ഇത് ചെയ്തുവോ, അതെന്തിനു ചെയ്തു. ഇതെന്താ ചെയ്യാത്തത്, അങ്ങനെ ആയിരം ചോദ്യങ്ങളുടെ വാൾതലപ്പിലൂടെയാണ് ഓരോ കുട്ടിയും ഓരോ ദിവസവും താണ്ടുന്നത്.

അശോകൻചേട്ടന്റെ പിറകെ സ്കൂൾവിട്ട് വീട്ടിലേക്ക് നടക്കുമ്പോൾ ഉണ്ണിമായ നിശ്ശബ്ദയായിരുന്നു. അശോകൻ ചോദിച്ചു:

"എന്താ ഉണ്ണിമായമ്മേ മുഖം കുത്തിവീർപ്പിച്ചിട്ടുണ്ടല്ലോ. 'തെയ്യം' മറ്റേ കൈയും അടിച്ചു പൊട്ടിച്ചുവിട്ടോ?"

ഉണ്ണിമായ മിണ്ടിയില്ല. ഒടുകിൻകായ തട്ടിത്തെറിപ്പിച്ചു നടക്കുന്നതിനിടയിൽ അശോകൻ ഒരുവട്ടം തിരിഞ്ഞുനോക്കി. പിന്നെ ഉണ്ണിമായയുടെ മറ്റേ കൈയും പരിശോധിച്ചിട്ടു പറഞ്ഞു:

"അടികിട്ടിയ ലക്ഷണമൊന്നുമില്ലല്ലോ. പിന്നെന്തുപറ്റി?"

ഉണ്ണിമായ അതിനും മിണ്ടിയില്ല. അശോകൻ മുന്നിൽ നടന്നു. ഉണ്ണിമായ പുറകിലും. അമ്പലപ്പറമ്പെത്തിയപ്പോൾ ഉണ്ണിമായ നിന്നു. അത് അശോകൻ അറിഞ്ഞില്ല.

പൊടുന്നനേ ഒരു ഇളംകാറ്റ് സർവ്വ ചരാചരങ്ങളെയും തലോടി കടന്നുപോയി. പോകുന്നവഴി ഉണ്ണിമായയുടെ കവിളിൽ പ്രത്യേകമൊരു ഉമ്മയും നല്കി. കാറ്റുചെന്ന് വിളിച്ചുകൊണ്ടുവന്നതുപോലെ അപ്പോഴതാ വട്ടമിട്ട് ചുറ്റിത്തിരിഞ്ഞ് ആ മയിൽപ്പീലി ഉണ്ണിമായയുടെ ചുമലിൽ വന്നു വീണു!

ആഹ്ലാദസൂചകമായ ഒരു ശബ്ദത്തോടെ ഉണ്ണിമായ അതുപിടിച്ച് അശോകൻചേട്ടന്റെ ഒപ്പം എത്താനോടി. പാടത്ത് അശോകൻ ചേട്ടൻ ഒമ്പതാം ക്ലാസിലെ മഞ്ജുച്ചേച്ചിയോട് വർത്തമാനം പറഞ്ഞു നില്ക്കുകയായിരുന്നു. ഉണ്ണിമായയെക്കണ്ടപ്പോൾ മഞ്ജു വേഗം നടന്നകന്നു. അശോകൻചേട്ടന്റെ മുഖത്ത് ഒരു ചിരി. അത് എന്തിനായാലും ഉണ്ണിമായയ്ക്ക് ഭയങ്കര സന്തോഷംതോന്നി. ചിലപ്പോ അശോകൻചേട്ടനും മയിൽപ്പീലി തിരിച്ചുവന്നത് കണ്ടിട്ടുണ്ടാവും. ജിജ്ഞാസയോടെ ഉണ്ണിമായ ചോദിച്ചു:

"അശോകൻചേട്ടൻ മയിൽപ്പീലി കണ്ടുവോ?"

"മയിൽപ്പീലി എന്തിനാ മോളേ മയിലുതന്നെ വലയിൽ വീണില്ലേ?" എന്നു ചോദിച്ചു അശോകൻ അവളെ വാരിയെടുത്തു. വീട്ടിലേക്കുള്ള ദൂരമത്രയും എടുക്കുകയും ചെയ്തു.

അന്നുരാത്രി ഉറങ്ങുന്നതിനുമുമ്പ് ശങ്കുമ്മാവൻ ഒരു കൊച്ചു ഡയറി ഉണ്ണിമായയ്ക്ക് സമ്മാനിച്ചു. ചിത്രം വരയ്ക്കാനും എഴുതാനുമായിട്ട്. അതിൽ അവൾ ഇങ്ങനെ എഴുതി.

അശോകൻ ചെറുക്കൻ നല്ല കുട്ടി.

മഞ്ഞുച്ചേച്ചിക്ക് ഇഷ്ടം ആണ്.

ഇനിക്കും ഇഷ്ടം ആണ്. മയിൽപ്പീലി.

നാല്

പിറ്റേദിവസം ശങ്കുമ്മാവന്റെ കണ്ണുവെട്ടിച്ച് ഉണ്ണിമായ അവസരം കിട്ടിയപ്പോഴൊക്കെ ഓടിപ്പോയി മേശയ്ക്കുള്ളിൽ സൂക്ഷിച്ച മയിൽപ്പീലിയെ തൊട്ടും തലോടിയും നോക്കി. അതിനെപ്പിരിഞ്ഞ് ഇരിക്കാൻ വയ്യെന്ന അവസ്ഥയായി. ഇടയ്ക്കിടെ മുകളിലേക്ക് ഓടുന്നതുകൊണ്ട് അടുക്കളയിലെ നാണിയമ്മ ശങ്കരൻനായരോടു ചോദിച്ചു:

"എന്താ അമ്മുക്കുട്ടിക്ക് ഒരു കള്ളത്തരം, നായരേ. മിണ്ടുമ്പോ മിണ്ടുമ്പോ മോളിലേക്ക് ഒരു ഓട്ടം?"

"തള്ളേ, കൊച്ചുവർത്തമാനം പറയാണ്ടെ പണിനോക്കിൻ." എന്നാണ് ശങ്കുമ്മാവൻ മറുപടി പറഞ്ഞത്. അന്ന് അത് സ്കൂളിലേക്ക് കൂടെ കൊണ്ടുപോണം എന്ന് ഉണ്ണിമായ നിശ്ചയിച്ചു. ബാഗിൽ സൂക്ഷിച്ചുവയ്ക്കണം പുഴുപ്പല്ലി രാധ ഇന്റർവെല്ലിനു മിഠായി മേടിക്കാനോടുമ്പോൾ മാത്രം തുറന്നുനോക്കാം. പക്ഷേ, ശങ്കുമ്മാവന്റെ കണ്ണുവെട്ടിച്ച് അതിനെ ബാഗിൽ വയ്ക്കാനാണു പ്രയാസം. ടൈംടേബിൾ വായിച്ച് ഓരോ പുസ്തകവും നോട്ടുബുക്കും ശങ്കുമ്മാവനാണ് ബാഗിൽ വയ്ക്കുക. പ്രഭാതഭക്ഷണത്തിന് കേണൽ ഇരിക്കുമ്പോഴേക്കും കുളിപ്പിച്ചു റെഡിയാക്കി യൂണിഫോമിടുവിച്ച് ഉണ്ണിമായയെയും ഹാജരാക്കണം. കേണലിനോടൊപ്പമുള്ള പ്രാതൽ ഒരു വലിയ ചടങ്ങാണ്. ഭക്ഷണസമയത്ത് ഒന്നും മിണ്ടാൻ പാടില്ല എന്ന് ഉണ്ണിമായയ്ക്ക് അറിയാം. എങ്കിലും ചിലപ്പോൾ മറന്നുപോകും. കേണൽ മുത്തശ്ശൻ ഭക്ഷണം കഴിക്കുമ്പോൾ ചിലപ്പോൾ കൊമ്പൻമീശ ഒന്നു വിറയ്ക്കും. അല്ലെങ്കിൽ കഴിക്കുന്ന ഭക്ഷണത്തിന്റെ ഒരു ശകലം മീശയിൽ പറ്റിപ്പിടിക്കും. അതുകണ്ടാൽ ഉണ്ണിമായയ്ക്ക് ചിരി പൊട്ടും. എല്ലാ നിയമങ്ങളും കാറ്റിൽപറത്തി ഉണ്ണിമായ വിളിച്ചു പറയും:

"ദേ മുത്തശ്ശാ, മുത്തശ്ശന്റെ മീശ വിറയ്ക്കുന്നു."

"നോക്കൂ, മുത്തശ്ശാ, മുത്തശ്ശന്റെ മീശേൽ ഒരു ദോശപ്പൊട്ട്."

കേണൽ അവളെ രൂക്ഷമായിനോക്കി. ഒരു ഗർജ്ജനമാണ് നടത്തുക.

"ശങ്കരൻനായരേ!"

ശങ്കുമ്മാവൻ ഓടിവന്ന് ഉണ്ണിമായയുടെ ചെവിയിൽ പറയും:

"ശ്ശ്... ശ്... ഭക്ഷണം കഴിക്കുമ്പോ സംസാരിക്കരുത് – വേഗം എണീറ്റോളൂ."

ഇങ്ങനെ ഒരാളുടെ അല്ലെങ്കിൽ മറ്റൊരാളുടെ നിരീക്ഷണത്തിലാണ് എപ്പോഴും കുട്ടികൾ. ഒന്ന് ശ്വസിക്കാൻപോലും സ്വാതന്ത്ര്യമില്ല. പക്ഷേ, ഉണ്ണിമായ എല്ലാവരെയും വെട്ടിച്ച് മയിൽപ്പീലി ബാഗിലിടാൻ ഒരു വഴി കണ്ടു. ആദ്യം അത് സൂത്രത്തിൽ ഉമ്മറത്തെ മുറിയിൽ കേണലിന്റെ മേശയുടെ അടിയിൽ കൊണ്ടുവച്ചു. അത് ഇഷ്ടമായിട്ടു ചെയ്തതല്ല. ചുവരിൽവച്ച കേണലിന്റെ തോക്കിന്റെ അറ്റം മേശയുടെ നേർക്കാണ്. അതുകൊണ്ട് ആ മേശയുടെ അടുത്തു ചെല്ലുമ്പോഴൊക്കെ ഇപ്പോൾ വെടി കൊള്ളും എന്നൊരു പേടി ഉണ്ണിമായയെ പിടികൂടും. പക്ഷേ, ഉമ്മറത്തെ മുറിയിൽ അത്രത്തോളം സൗകര്യമായി മയിൽപ്പീലി ഒളിപ്പിക്കാൻ പറ്റിയ ഇടം വേറെ ഇല്ലായിരുന്നു. കുളിപ്പിക്കാൻ കയറിയപ്പോൾ ശങ്കുമ്മാവൻ ടവ്വലെടുക്കാൻ മറന്നു. അതെടുക്കാൻപോയ തക്കത്തിന് ഒറ്റഓട്ടത്തിന് ഉണ്ണിമായ ഉമ്മറത്തെ മുറിയിലെത്തി. മയിൽപ്പീലി എടുത്ത് ബാഗിലിട്ടു തിരിഞ്ഞതും പെട്ടതു കേണലിന്റെ മുന്നിൽ! ദേഷ്യവും അമ്പരപ്പുംകൊണ്ട് കേണലിന്റെ കണ്ണ് ചുവന്നു. വലുതായി. അവ പുറത്തേക്കുതള്ളി ഇപ്പോ ഉരുണ്ടുവീഴും എന്ന് ഉണ്ണിമായ ഭയന്നു. "ശങ്കരൻനായരേ...." എന്ന അലർച്ച വീണ്ടും മുഴങ്ങി.

ടർക്കിടവ്വലെടുത്ത് 'എന്തിനാവോ ഇനീപ്പോ ഈ അട്ടഹാസം' എന്നു പിറുപിറുത്തുകൊണ്ട് ശങ്കുമ്മാവൻ ഓടിയെത്തി. മുഖം ചുവപ്പിച്ചു കണ്ണുരുട്ടിക്കൊണ്ടുനില്ക്കുന്ന കേണൽ. നൂൽബന്ധമില്ലാതെ ഇറ്റു വീഴുന്ന വെള്ളത്തുള്ളികളുമായി പേടിച്ചരണ്ട്, ഉണ്ണിമായ. കേണൽ ശങ്കുമ്മാവനെ കണ്ടതും ഈറ്റപ്പുലിയെപ്പോലെ ചാടി.

"നായരേ. എന്താ ഈ കാണുന്നത്, എന്താണ്?"

ശങ്കുമ്മാവൻ ചിരി ഒതുക്കി ഉണ്ണിമായയെ ടവ്വൽ ഉടുപ്പിച്ചു. തത്രപ്പാടിനിടയ്ക്കും ഉണ്ണിമായയ്ക്കും വന്നു, ചിരി. എങ്കിലും ഉടനെ അത് മായുകയും ചെയ്തു. ശങ്കുമ്മാവന്റെ പിന്നാലെ ഓടാൻ തുടങ്ങിയപ്പോൾ കേണൽ ഗർജ്ജിച്ചു:

"അവിടെ നില്ക്ക്. എന്താ അവൾ ബാഗിൽ ഇട്ടതെന്നു നോക്കൂ ശങ്കരൻനായരേ."

ശങ്കുമ്മാവൻ അപകടം മണത്തു.

ഉണ്ണിമായയുടെ കണ്ണിലെ ആ ഭയന്ന ആളൽ, അത് ശങ്കുമ്മാവന് നന്നായറിയാം.

"അതുവല്ല ചോക്കുപൊട്ടോ, വളപ്പൊട്ടോ ആയിരിക്കും, ചെറ്യകുട്ട്യല്ലേ." ശങ്കുമ്മാവൻ മയപ്പെടുത്തി പറഞ്ഞു.

"ബാഗ് തുറക്കൂ ശങ്കരൻനായരേ." കേണൽ വാക്കിങ്സ്റ്റിക്ക് നിലത്തടിച്ച് ആജ്ഞാപിച്ചു.

ശങ്കുമ്മാവൻ ബാഗുതുറന്ന് ഓരോരോ പുസ്തകങ്ങളായി പുറത്തിട്ടു. ഒടുവിൽ വന്നു മയിൽപ്പീലി.

"ങ്ഹാ, മയിൽപ്പീലിയോ, കൊള്ളാമല്ലോ." ശങ്കരൻനായർ വീണ്ടും മയപ്പെടുത്താൻ നോക്കി. കേണൽ അതുവാങ്ങി കശക്കി ജനാലയിലൂടെ മുറ്റത്തേക്കെറിഞ്ഞു. മുറ്റം അടിച്ചുവാരുന്ന നാണിയമ്മ അതടിച്ചു കൊണ്ടുപോകുന്നത് പടപടാ എന്നടിക്കുന്ന ഹൃദയത്തോടെ, നിറഞ്ഞ കണ്ണുകളോടെ ഉണ്ണിമായ നോക്കിനിന്നു.

കേണൽ പറഞ്ഞു: "ഇന്ന് ഇവളെ സ്കൂളിൽ വിടണ്ട. ഉച്ചയ്ക്ക് ഊണും കൊടുക്കണ്ട. പകൽ മുഴുവൻ മുറിയിലിരിക്കട്ടെ. കളിക്കാനും വിടരുത്. മര്യാദ പഠിപ്പിക്കാമോ എന്ന് ഞാനൊന്നു നോക്കട്ടെ."

കേട്ടപാടെ ഉണ്ണിമായ പൊട്ടിക്കരഞ്ഞുകൊണ്ട് ബാഗെടുത്ത് ഒരേറും കൊടുത്ത് മുറിയിലേക്കോടി.

ശങ്കരൻനായർ കേണലിനെ സമീപിച്ച് താഴ്മയായി പറഞ്ഞു നോക്കി.

"സ്കൂളിൽ പൊയ്ക്കോട്ടെ, ചെറിയ കുട്ടിയല്ലേ, ഒറ്റയ്ക്കിരുന്നാ മനസ്സു വാടും."

"സ്കൂളിൽ വിടണ്ട എന്നു പറഞ്ഞാൽ വിടണ്ട. അവളെ ഇനി ബോർഡിങ്ങിലാക്കുകയാണ് നല്ലത്. പിള്ളേരെ അടിച്ചു പഠിപ്പിക്കണം എന്ന് എത്ര പറഞ്ഞാലും ആ ഹെഡ്മാസ്റ്റർക്ക് മനസ്സിലാവില്ല."

"അച്ഛനും അമ്മയും ഇല്ലാത്ത കുട്ടിയല്ലേ. കുറച്ചൊരു വികൃതിയുണ്ട്. എന്നുവച്ചിട്ട്..."

"ശങ്കരൻനായരേ, നിങ്ങളെന്നെ പഠിപ്പിക്കണ്ട. എന്റെ മകന്റെ വിധി അവന്റെ കുട്ടിക്ക് ഉണ്ടാവരുത്. ഉണ്ടാവാൻ ഞാൻ സമ്മതിക്കില്ല. നിങ്ങൾ ഒറ്റ ഒരാളാണ് അവനെ വഷളാക്കിയത്– ഓർമ്മയുണ്ടല്ലോ."

ശങ്കുമ്മാവന്റെ കണ്ണുകൾ നിറഞ്ഞു.

"അങ്ങുന്നേ ഇത്രയ്ക്കു കണ്ണിൽച്ചോരയില്ലാതെ സംസാരിക്കരുത്. മാധവൻകുട്ടിക്ക് ഒരു തരക്കേടും ഉണ്ടായിരുന്നില്ല. അങ്ങുന്നിനെ എത്ര സ്നേഹമായിരുന്നു. മനസ്സിനുപിടിച്ച ഒരു കുട്ടിയെ വിവാഹം കഴിച്ചു എന്ന ഒറ്റ തെറ്റേ മാധവൻകുട്ടി ചെയ്തുള്ളൂ."

കേണലിന്റെ ഭാവം പകർന്നു.

"മിണ്ടരുത് ശങ്കരൻനായരേ. ആ കാര്യം ഇനി ഇവിടെ പറയരുത്. തന്നിഷ്ടം നോക്കിയതിന്റെ ഫലം അനുഭവിച്ചല്ലോ, അവൻ..."

"അങ്ങുന്നേ..." ശങ്കരൻനായർ പറയാൻ വന്നതിനെ തടഞ്ഞ് കേണൽ പറഞ്ഞു:

"ശങ്കരൻനായർക്കു പോകാം."

ശങ്കുമ്മാവൻ കണ്ണുതുടച്ചുകൊണ്ട് അപ്പുറത്തേക്കുപോയി. മുറ്റമടിച്ചു വരികയായിരുന്ന നാണിത്തള്ള ചോദിച്ചു:

"എന്താ രാവിലെതന്നെ വേണ്ടതുകിട്ടിയോ?"

"പോയി പണിനോക്കൂതള്ളേ, എന്റെ വായീന്നു വല്ലതും കേൾക്കാതെ." ശങ്കരൻനായർ ചീറ്റി.

ഉണ്ണിമായ അന്നുമുഴുവൻ തന്റെ മുറിയിൽ കമിഴ്ന്നുകിടന്നു മയിൽപ്പീലിയെ ഓർത്തോർത്തു കരഞ്ഞു. കേണൽ കാണാതെ ഉച്ചയ്ക്ക് ശങ്കുമ്മാവൻ ചോറ് തൈരുകുട്ടി കുഴച്ചുകൊണ്ടുവന്നു. ഉണ്ണിമായ തൊട്ടില്ല. വൈകുന്നേരം നാണിയമ്മ മുറി അടിച്ചുതുടയ്ക്കാനെന്നും പറഞ്ഞ് പാൽ കൊണ്ടുവന്നു. നിറയെ മധുരമിട്ട പാലാണെന്നു പറഞ്ഞിട്ടും കറമ്പിപ്പശു പ്രത്യേകം ഉണ്ണിമായയ്ക്കു കൊടുത്തയച്ചതാണെന്നു പറഞ്ഞിട്ടും ഉണ്ണിമായ കുടിച്ചില്ല. സന്ധ്യമയങ്ങുമ്പോൾ ഉണ്ണിമായ കരഞ്ഞുകരഞ്ഞ് വാടിത്തളർന്നിരുന്നു.

സന്ധ്യക്ക് ഊണിനു മുമ്പായി രണ്ടുപെഗ്ഗ് മദ്യം എന്നത് കേണലിന്റെ പതിവാണ്. അപ്പോഴാണ് കേണൽ ഏറ്റവും സൗമ്യനാകുക. അന്ന് ഒരു പെഗ്ഗ് കഴിഞ്ഞപ്പോൾ കേണൽ ചോദിച്ചു.

"ശങ്കരൻനായരേ അവൾ വല്ലതും കഴിച്ചോ?"

"രാവിലെ മുതൽ ഒന്നും കഴിച്ചില്ല. അങ്ങുന്നുതന്നെ ഒന്നു പറയണം."

"ഒരുദിവസം പട്ടിണികിടന്നാൽ ആരും ചാവുകയൊന്നുമില്ല. നായരേ... ഞങ്ങൾ പട്ടാളക്കാർ..." എന്നുപറഞ്ഞ് കേണൽ പട്ടാളക്കഥകൾ വിസ്തരിക്കാൻ തുടങ്ങി.

രാത്രിയുടെ ഏതോ യാമത്തിൽ തുറന്ന ജനലിലൂടെ ഒഴുകിപ്പരന്ന നിലാവിലൂടെ പാറിപ്പറന്ന് ആ മയിൽപ്പീലി വീണ്ടും ഉണ്ണിമായയുടെ അടുത്തെത്തി. ഉറങ്ങാതെ കിടക്കുന്ന ഉണ്ണിമായയുടെ നെറുകയിൽ ആരോ കൊടുക്കാൻ മറന്നുപോയ ഒരുമ്മപോലെ അത് ഒന്ന് സ്പർശിച്ചു. മധുരമായ സ്വരത്തിൽ ആരോ അവളുടെ കാതിൽ മന്ത്രിച്ചു. "ഉണ്ണിമായയ്ക്ക് ഉറങ്ങാൻ ഒരു കഥ പറഞ്ഞുതരാം." ഉണ്ണിമായ പ്രത്യാശയോടെ മയിൽപ്പീലിയെ നോക്കി. മയിൽപ്പീലിക്കണ്ണിൽനിന്നു കരുണാകുലമായ ഒരു നോട്ടം നീണ്ടുവന്ന് അവളെ തൊട്ടു. ആരോ പറഞ്ഞുതുടങ്ങി.

"ഒരു കാട്ടിൽ, കാടിനെ പലതായി ഭാഗിച്ചു പലമാതിരി മൃഗങ്ങൾ താമസിച്ചിരുന്നു. ആനകളെല്ലാം തെക്കേ അറ്റത്ത് സിംഹങ്ങളെല്ലാം വടക്കേ അറ്റത്ത് മാനുകളും മുയലുകളും ആടുകളും കിഴക്കുവശത്ത്. കരടി ചെന്നായ് എല്ലാം പടിഞ്ഞാറും. കാടിന്റെ ഒത്ത നടുവിൽ സൗഹൃദം എന്ന ഒരു തടാകം ഉണ്ടായിരുന്നു. എല്ലാ മൃഗങ്ങളും ആ സൗഹൃദത്തടാകത്തിൽ നിന്നാണ് വെള്ളം കുടിച്ചിരുന്നത്.

ആനകളുടെയെല്ലാം രാജാവ് വലിയ വലിയ ഒരു കൊമ്പനായിരുന്നു. അവനു തറയിൽ കിടന്നാൽ എഴുന്നേല്ക്കാൻ പ്രയാസമാണ്. വാതത്തിന്റെ ഉപദ്രവവും ഉണ്ട്. അതുകൊണ്ട് രാത്രി മുഴുവൻ നിന്നുറങ്ങും.

ഒരുദിവസം കിഴക്കുഭാഗത്തുനിന്ന് ഒരു മുയൽക്കുട്ടൻ രാത്രിയിൽ തുള്ളിക്കളിച്ചുവന്നപ്പോൾ കൊമ്പനമ്മാവനെ കണ്ടു. അവന് കൊമ്പനമ്മാവന്റെ തുമ്പിക്കൈയിൽ ഒന്ന് തൊട്ടുനോക്കണം എന്ന് മോഹം തോന്നി.

ആനയുടെ തുമ്പിക്കൈനിറയെ സ്നേഹമാണ്. ലോകത്തിലെ എല്ലാം തൊട്ടുനോക്കി അവൻ ആ സ്നേഹം കൊടുക്കും. മുയൽക്കുട്ടനു തുമ്പിക്കൈ തൊട്ടുനോക്കിയപ്പോൾ അതിൽ ഒന്ന് ഉമ്മവയ്ക്കണമെന്നു തോന്നി. അത്രയും മൃദുവായ ഒന്നിനെയും കൊമ്പനമ്മാവനും തൊട്ടിരുന്നില്ല."

കൊമ്പൻ ചോദിച്ചു: "നീ ഏതാ കുഞ്ഞുമോനേ?"

മുയൽ പറഞ്ഞു: "ഞാനീ കാട്ടിലെ ഏറ്റവും ചെറിയ മുയൽക്കുട്ടിയാണ്."

"നീ എന്തിനാണ് എന്റെ തുമ്പിക്കൈയിൽ ഉമ്മവച്ചത്?"

"ഞാൻ ഉമ്മവച്ചന്ന് കൊമ്പനമ്മാവൻ എങ്ങനെ അറിഞ്ഞു."

"നീ ഉമ്മവച്ചപ്പോൾ എന്റെ ഉള്ളിലൊരു കുളിരുകോരി. അതാണ് നീ ഉമ്മവച്ചതെന്താണെന്നു ചോദിച്ചത്."

മുയൽക്കുട്ടൻ പറഞ്ഞു: "കൊമ്പനമ്മാവന് എങ്ങനെയാണോ തുമ്പിക്കൈ അതുപോലെയാണ് എനിക്ക് മൂക്കിന്റെ രണ്ടുവശത്തുമുള്ള നീണ്ടുവെളുത്ത മീശകൾ. തുമ്പിക്കൈയിൽ തൊട്ടപ്പോഴാണ് മാമൻ സ്നേഹത്തിന്റെ വലിയൊരു ചുമടാണെന്ന് അറിഞ്ഞത്. അതാണ് ഒരുമ്മ തന്നത്."

"കുഞ്ഞുമോനേ, നമ്മൾ ഈ കാട്ടിൽ ഒന്നിച്ചു കഴിഞ്ഞിട്ടും നിന്നെപ്പോലെ ഓമനത്തമുള്ളവർ ഈ കാട്ടിലുണ്ടെന്ന് ഞാനറിഞ്ഞില്ലല്ലോ!"

"കൊമ്പനമ്മാവൻ പുള്ളിമാനെ തൊട്ടുനോക്കിയിട്ടുണ്ടോ? മെഴുമെഴാന്നിരിക്കും. എന്റെ സ്നേഹം അരുവിയിലെ വെള്ളംപോലെയാണെങ്കിൽ പുള്ളിമാനിന്റെ സ്നേഹം തേൻതുള്ളിപോലെയാണ്. മാമന് ഇഷ്ടമാണെങ്കിൽ ഞാൻ വിളിച്ചുകൊണ്ടുവരാം."

അങ്ങനെ വലിയ ഒരുകൂട്ടം പുള്ളിമാനുകളെ മുയൽക്കുട്ടൻ കൂട്ടിക്കൊണ്ടുവന്നു. ആന പേടിപ്പിക്കാതെ തുമ്പിക്കൈ താഴ്ത്തിയിട്ടു വെറുതെ നിന്നു. പിന്നെ കെട്ടിപ്പിടിക്കാൻ കുനിഞ്ഞുകൊണ്ടു പറഞ്ഞു: "ഒരു ജീവിതകാലം പോയി, സ്നേഹം എന്തെന്നറിയാതെ."

ആനയും മാനുകളും കളിക്കുന്നതുകണ്ട് ആടുകളും ചേർന്നു. അപ്പോൾ ചെന്നായയ്ക്കും കൊതിയായി ഈ സ്നേഹസൗഹൃദത്തിൽ പങ്കുചേരാൻ. അവനും ചെന്നുകൂടി.

അപ്പോൾ ഒരു കടുവ ചെന്ന് സിംഹത്തിനോടു ചോദിച്ചു: "സിംഹമുത്തച്ഛാ, ആനയും മാനുകളും മുയലും ചെന്നായയും കൂടി കളിക്കുന്നു. നമുക്കും പോയാലോ?"

"വേണ്ട കുട്ടാ." സിംഹം പറഞ്ഞു: "നമ്മളൊക്കെ ഇത്രനാളും അവരെ പിടിച്ചുതിന്നു. ഭയപ്പെടുത്തി. ഇനി നമ്മൾ ചെന്നാൽ അവർ ഓടിക്കളയും."

മുയൽകുട്ടൻ ഇതുകേട്ട് വിവരം ആനയോട് പറഞ്ഞു. ആന പറഞ്ഞു: "കുഞ്ഞുമുയൽക്കുട്ടാ, ഈ സിംഹം ആളൊരു അലവലാതിയാണെന്നാണ് ഞാൻ വിചാരിച്ചത്. അവന്റെ ഉള്ള് തനിത്തങ്കം തന്നെ."

"പക്ഷേ, സിംഹത്തിനും കടുവയ്ക്കും പുല്ലുമാത്രം തിന്നുജീവിക്കാൻ സാധിക്കില്ല കൊമ്പൻമാമാ. പശി കുറച്ചു കൂടുതലാണ്." അപ്പോൾ കാട്ടു പോത്ത് ചെന്നുപറഞ്ഞു: "നമ്മൾ ഏതായാലും വയസ്സായാൽ അങ്ങ് ചത്തുപോകും. ദഹിപ്പിക്കാനോ കുഴിച്ചുമൂടാനോ ആരുമില്ല. അങ്ങനെ യാകുമ്പോൾ ഞങ്ങളിൽ വയസ്സായവരെ നിങ്ങൾ ഭക്ഷിച്ചുകൊള്ളിൻ." കാട്ടുപോത്തിന്റെ ഈ നിർദ്ദേശംകേട്ട് സിംഹം പൊട്ടിക്കരഞ്ഞുപോയി. "എന്റെ ദൈവമേ! കാട്ടുപോത്ത് തീരെ നിർദ്ദയനും കശ്മലനുമാണെന്നാ ണല്ലോ ഞാൻ കരുതിയത്. അവന്റെ ഉള്ളിൽ ഇത്ര ത്യാഗം ഇരിക്കുന്ന ല്ലോ."

കാട്ടുപോത്ത് പറഞ്ഞു: "ഈ ലോകത്തെ സൃഷ്ടിച്ചിരിക്കുന്നത് അന്യോന്യം ഉതകി ജീവിക്കുവാനാണ്. ഞങ്ങൾക്കു വേണ്ടി നിങ്ങൾ പട്ടി ണിയൊന്നും കിടക്കണ്ട. എന്നായാലും ഒരിക്കൽ മരിക്കണമല്ലോ. അത് നിങ്ങൾക്ക് ഉപകരിച്ചിട്ടായാൽ അത്രയും സന്തോഷം. നിങ്ങൾ ചെയ്യുന്നത് പാപവുമല്ല. ജീവിതം ഒടുങ്ങാൻ ഒരു വഴിവേണം. നിങ്ങളിൽ ആവുന്ന വർ അത് ഞങ്ങൾക്ക് ചെയ്തുതരുന്നു എന്നു മാത്രം."

മൃഗങ്ങളുടെ ഈ വർത്തമാനം കേട്ട് ദൈവം പറഞ്ഞു: "എന്റെ കാട്ടിലെ കുഞ്ഞുങ്ങളേ, നിങ്ങൾക്ക് വകതിരിവില്ലെന്ന് ഞാൻ വിചാരിച്ചു. അല്ലെങ്കിൽ ഇത്രയധികം മനുഷ്യരെ ഞാൻ സൃഷ്ടിക്കുകയില്ലായിരുന്നു."

അങ്ങനെ കിഴക്കും പടിഞ്ഞാറും തെക്കും വടക്കുമുള്ള എല്ലാ മൃഗ ങ്ങളുംകൂടി ആ സൗഹൃദത്തടാകത്തിൽനിന്ന് വെള്ളം കുടിച്ചു. അവിടെ ത്തന്നെ കിടന്നുറങ്ങി. ദൈവത്തിന്റെ അനല്പമായ സ്നേഹം പോലെ നിലാവ് അവരെ തഴുകി.

ഉണ്ണിമായയുടെ ചുണ്ടുകളിലും തളർന്ന ഒരു പുഞ്ചിരി വിരിഞ്ഞു. അവൾ മയിൽപ്പീലിയെ കെട്ടിപ്പിടിച്ചു. പിന്നെ അതേ ചിരിയോടെ ഉറങ്ങി പ്പോയി.

അഞ്ച്

ഉണ്ണിമായയുടെ വീട്ടിൽനിന്ന് തെല്ലകലെയാണു പുഴ. പുഴയുടെ ശരിയായ പേര് ആർക്കും അറിയില്ല. എങ്കിലും ഉണ്ണിമായ അതിനെ കണ്ണാടിപ്പുഴ എന്നാണ് വിളിക്കുക. അതിന് ഒരു കാരണവുമുണ്ട്. മിക്ക ദിവസവും അശോകൻചേട്ടന്റെ ഒപ്പം ഉണ്ണിമായ പുഴയുടെ തീരത്തേക്കു പോകും. അവിടെയിരുന്ന് ഏന്തിവലിഞ്ഞ് അശോകൻ ചേട്ടനോടൊപ്പം മെല്ലെ ഒഴുകുന്ന പുഴയിൽ മുഖം നോക്കും. അങ്ങനെ മുഖം നോക്കുന്നതിനിടയ്ക്ക് ഉണ്ണിമായ ഒരു കാര്യം കണ്ടുപിടിച്ചു. ഒരു കല്ലെടുത്തിട്ടാൽ പുഴയിലെ ഉണ്ണിമായ ഇളകിമറിഞ്ഞ് ഇല്ലാതാകും. വലിയ പുഴയാണ്. പുഴയുടെ അക്കരെ നില്ക്കുന്നവരെ ഒരു പൊട്ടുപോലെയേ കാണാനാകൂ.. രാവുണ്ണിനായരുടെ തോണിയിൽ കയറിയാണ് അക്കരയ്ക്കു പോവുക. അശോകൻചേട്ടൻ അക്കരയ്ക്ക് പോകാറുണ്ട്. കുറച്ചുകൂടി വലുതായാൽ ഉണ്ണിമായയ്ക്കും പോകാം എന്ന് ശങ്കുമ്മാവൻ പറഞ്ഞിട്ടുണ്ട്. ചിലപ്പോൾ പുഴവക്കത്ത് മിണ്ടാതെയിരുന്ന് അവർ പുഴയുടെ പാട്ടുകേൾക്കും. പുഴയുടെ തീരത്ത് മുളങ്കാടുണ്ട്. കാറ്റടിക്കുമ്പോൾ മുളങ്കാട്ടിലിരുന്ന് വേറെ ഒരാൾ പാടുന്നുണ്ടെന്ന് ഉണ്ണിമായയ്ക്കു തോന്നും. ചിലപ്പോൾ അശോകൻ ചേട്ടന്റെ അടുത്ത് അവളും കൈയിൽ തലവച്ചു മലർന്നു കിടക്കും. ആകാശത്തു പലരൂപത്തിൽ മേഘങ്ങൾ നീങ്ങിക്കൊണ്ടിരിക്കും. ചിലതിനു തന്റെ അമ്മയുടെ മുഖച്ഛായ ഉണ്ടെന്ന് ഉണ്ണിമായ വിചാരിക്കും. പ്രത്യേകിച്ച് അറ്റം കുനുകുനാന്ന് ചുരുണ്ട മേഘങ്ങൾക്ക്. മറ്റു ചിലത് സൂര്യനെ മറയ്ക്കും. ഉണ്ണിമായയുടെ അച്ഛൻ ഉദിച്ചുവരുന്ന സൂര്യനായിരുന്നു എന്ന് ശങ്കുമ്മാവൻ അമ്മൂമ്മയോടു പറയുന്നതു കേട്ടിട്ടുണ്ട്. അതുകൊണ്ട് മേഘത്തിന്റെ പിന്നിൽനിന്ന് സൂര്യൻ വരുമ്പോഴൊക്കെ അത് അച്ഛൻ ചിരിച്ചതാണെന്ന് ഉണ്ണിമായ കരുതും. അശോകൻചേട്ടൻ ചിലപ്പോൾ പുഴയിൽ മീൻപിടിക്കും. അപ്പോൾ വർത്തമാനം പറയാൻ പാടില്ല. ഒച്ചകേട്ടാൽ മീനുകൾ ഓടി

പ്പോകുമത്രേ. അങ്ങനെ ഓടിപ്പോകാൻ മീനുകൾക്ക് ചെവിയുണ്ടോ എന്ന് ഉണ്ണിമായയ്ക്കു സംശയമുണ്ട്. അതറിയാൻ ഒരു സൂത്രപ്പണി ചെയ്തു നോക്കി. അശോകൻചേട്ടൻ പിടിച്ച മീനിനെ വാലിൽതൂക്കി ഉണ്ണിമായയ്ക്കു കാണിച്ചുകൊടുക്കുമ്പോൾ ഉണ്ണിമായ തഞ്ചംനോക്കി ഠോ! എന്ന് ഉറച്ചു ശബ്ദമുണ്ടാക്കി. ഞെട്ടിപ്പോയ അശോകൻചേട്ടന്റെ കൈയിൽനിന്നു മീൻ പിടച്ചു പുഴയിലേക്കു വീണ് നീന്തിമറയുകയും ചെയ്തു. അന്ന് അശോകൻചേട്ടന്റെ കൈയിൽനിന്നു കിട്ടിയ വഴക്കിനും നുള്ളലിനും കണക്കില്ല. അതുകൊണ്ടു പുഴക്കരയിൽവന്നാൽ ഉണ്ണിമായ അധികം മിണ്ടുകയില്ല. മിണ്ടാൻ തോന്നുകയില്ല. ചെടികളും വള്ളികളും കുറ്റിക്കാടും മുളങ്കൂട്ടവും എല്ലാവരും മിണ്ടാതിരിക്കുമ്പോൾ ഉണ്ണിമായയും നിശ്ശബ്ദയാകും. പുഴമാത്രം സ്വയം മറന്ന് പാടിക്കൊണ്ടിരിക്കും. കാറ്റു വന്നാൽ മാത്രം മുളങ്കാടും... കുറേനേരം അതു കേട്ടിരിക്കുമ്പോൾതോന്നും മുളങ്കാട്ടിലിരുന്നും പുഴയുടെ അടിയിലൊളിച്ചും പാടിക്കൊണ്ടിരിക്കുന്നത് ഒരാൾ തന്നെയാണെന്ന്. അശോകൻചേട്ടൻ സമ്മതിച്ചാൽ മുളങ്കാട്ടിലേക്കു കടന്നുചെന്നോ, പുഴയുടെ അടിത്തട്ടിലേക്കു കടന്നുപോയിട്ടോ ആ ഒളിച്ചിരിക്കുന്ന പാട്ടുകാരനെ കണ്ടുപിടിക്കാമായിരുന്നു എന്ന് ഉണ്ണിമായ വിചാരിക്കാറുണ്ട്. ഈയിടെയായി മിക്കപ്പോഴും കുറേനേരം ഇരുന്നശേഷം 'മീനൊന്നും കൊത്തുന്നില്ലല്ലോ ഉണ്ണിമായമ്മേ' എന്നു പറഞ്ഞ് അശോകൻചേട്ടൻ മുളങ്കാടിനപ്പുറത്തേക്കു പോകാറുണ്ട്. ഒരുദിവസം പിന്നാലെ പോയപ്പോൾ അവിടെ മഞ്ജുച്ചേച്ചി നില്ക്കുന്നതുകണ്ടു. മഞ്ജുചേച്ചി ചിരിക്കുന്നതു കാണാൻ നല്ല ചന്തമാണ്. രണ്ടു നുണക്കുഴികൾ തെളിയുന്ന ചിരി. അന്ന് ഉണ്ണിമായ ഡയറിയിൽ ഇങ്ങനെ എഴുതി:

മഞ്ഞുച്ചേച്ചിക്കു നുണക്കുഴികൾ ഉണ്ട്.

മഞ്ഞുച്ചേച്ചി നുണ പറയും അശോകൻ ചേട്ടൻ പറഞ്ഞു.

ഉണ്ണിമായയും നുണ പറയും.

ഇനിക്കും നുണക്കുഴി വേണം.

ഒരുദിവസം മുളങ്കാടിനപ്പുറത്തു മഞ്ജുച്ചേച്ചി നിന്നു കരയുന്നതു കണ്ടു. അന്നു മടങ്ങുമ്പോൾ ഉണ്ണിമായ ചോദിച്ചു:

"എന്തിനാ അശോകൻചേട്ടാ മഞ്ഞുചേച്ചി കരഞ്ഞത്? മഞ്ഞുചേച്ചിക്ക് അമ്മയില്ലേ?"

അശോകൻ അവളെ രൂക്ഷമായി ഒന്നുനോക്കി.

അശോകൻചേട്ടന്റെയും മഞ്ജുച്ചേച്ചിയുടെയും കാര്യങ്ങൾ ഉണ്ണിമായയ്ക്ക് അങ്ങോട്ടു വ്യക്തമായി മനസ്സിലായിരുന്നില്ല. ചിലപ്പോൾ ചിരിക്കും. ചിലപ്പോൾ കരയും. അമ്പലത്തിൽ വച്ചുകണ്ടാൽ കണ്ടില്ല എന്നു നടിക്കും. ആരുമില്ലാത്തപ്പോൾ മിണ്ടും. ഉണ്ണിമായയ്ക്ക് ഇതൊന്നും അത്ര രസിക്കുന്നുമില്ലായിരുന്നു. അശോകൻചേട്ടനു കളിക്കാൻവരാനും പണ്ടത്തെ ഉഷാറില്ല.

ഒരുദിവസം പുഴക്കരയിൽ മലർന്നുകിടക്കുമ്പോൾ ഒരു പരുന്ത് വട്ടമിട്ട് പറക്കുന്നത് ഉണ്ണിമായ കണ്ടു. പരുന്തിനെ കണ്ടാൽ വന്ദിക്കണമെന്ന് ശങ്കുമ്മാവൻ പഠിപ്പിച്ചിട്ടുണ്ട്. പക്ഷേ, വന്ദിക്കേണ്ടവിധം ഉണ്ണിമായ മറന്നുപോയി. അശോകൻചേട്ടനോടു ചോദിക്കാനായി എഴുന്നേറ്റപ്പോൾ അത്ര

നേരം ചൂണ്ടയിട്ടിരിക്കുകയായിരുന്ന അശോകൻചേട്ടനെ കണ്ടില്ല. ഉണ്ണിമായ തട്ടിക്കുടഞ്ഞ് എഴുന്നേറ്റ് ഒറ്റ ഓട്ടത്തിനു മുളങ്കാടിനപ്പുറത്തേക്കു ചെന്നപ്പോൾ അശോകൻ ചേട്ടനുണ്ട് മഞ്ജുചേച്ചിയെ ചേർത്തു നിർത്തി എന്തോ സ്വകാര്യം പറയുന്നു! അസൂയ ആളിക്കത്തി ഉണ്ണിമായയുടെ മനസ്സിൽ. ഓടിച്ചെന്ന് അശോകൻചേട്ടന്റെ ഷർട്ടിൽ പിടിച്ചു വലിച്ച് ഉണ്ണിമായ ഒച്ചയിട്ടു.

"മാറ് അശോകൻചെറുക്കാ, ഞാൻ അമ്മൂമ്മയോടു പറയും, കേണൽ മുത്തശ്ശനോടും പറയും, ഹെഡ്മാസ്റ്ററോടും പറയും, എല്ലാവരോടും പറയും!"

പരിഭ്രമിച്ചു മഞ്ജുച്ചേച്ചി പാദസരം കിലുക്കി ഒറ്റഓട്ടം. ഉണ്ണിമായയ്ക്ക് തൃപ്തിയായി.

അവൾ തിരിഞ്ഞ് അശോകനോട് ആവശ്യപ്പെട്ടു.

"ഇനി എന്നേം കെട്ടിപ്പിടിച്ച് ഒരു സ്വകാര്യം പറയ്."

അശോകൻ ഉറക്കെ ചിരിച്ചുകൊണ്ട് ഉണ്ണിമായയെ എടുത്ത് തോളത്തിരുത്തിക്കൊണ്ട് അനുനയിപ്പിച്ചു:

"ഉണ്ണിമായമ്മേ മഞ്ജുച്ചേച്ചി പാവമല്ലേ?"

"അല്ല." ഉണ്ണിമായ തറപ്പിച്ചു പറഞ്ഞു.

"അതെന്താ?"

"വല്യ പത്രാസുകാരിയാ."

"എന്നാലും ഉണ്ണിമായമ്മ ആരോടും ഒന്നും പറയരുതു കേട്ടോ." അശോകൻ പറഞ്ഞു.

"ഞാൻ പറയും അശോകൻ ചെറുക്കാ, ഞാൻ പറയും." ഉണ്ണിമായ പറഞ്ഞു.

"പിന്നെ അശോകൻചേട്ടൻ ഈ പുഴയിൽ ചാടി ചത്തുകളയുമേ." അശോകൻ ഭീഷണിപ്പെടുത്തി.

ഉണ്ണിമായ നിശ്ശബ്ദയായി.

സന്ധ്യയുടെ ഇരുൾപടരുന്ന വഴിയിലൂടെ അവർ നടന്നു. എതിരേ വന്ന കൃഷ്ണക്കണിയാൻ ചോദിച്ചു:

"എവിടേക്കാ കുട്ട്യോളേ സന്ധ്യക്ക്?"

"ഞാൻ പറയട്ടെ?" ഉണ്ണിമായ സ്വകാര്യമായി അശോകനോടു ചോദിച്ചു.

അശോകൻ ഉണ്ണിമായയെ വലിച്ചു വേഗം മുന്നോട്ടു നടന്നു. മഞ്ജുച്ചേച്ചിയുടെ വീടിന്റെ മുന്നിലെത്തിയപ്പോൾ അശോകൻ നിന്നു. വീട്ടുമുറ്റത്തുനിന്ന് വഴിയിലേക്കു ചാഞ്ഞ് എത്തിനോക്കി നിന്ന ഒരു ചെമ്പരത്തിപ്പൂ പറിച്ച് ഉണ്ണിമായയ്ക്കു കൊടുത്തു. അവളുടെ ശ്രദ്ധ അതിലായി. ഉണ്ണിമായയെ തഞ്ചത്തിൽ അവളുടെ വീട്ടുപടിക്കലാക്കി അശോകൻ ഓടിപ്പോയി.

പടിക്കൽനിന്നു നോക്കിയാൽ വീടിന്റെ കോലായ കാണാം, മുല്ലപ്പടർപ്പിനിടയിലൂടെ. ചാരുകസേരയിൽ മുത്തശ്ശനിരിക്കുന്നുണ്ടായിരുന്നില്ല. കസേരക്കൈയിൽ നിറച്ച ഗ്ലാസ്. മുത്തശ്ശൻ സന്ധ്യക്കുള്ള മരുന്നടി തുടങ്ങി. ഉണ്ണിമായ ഓർത്തു. ഒറ്റ ഓട്ടത്തിന് മുറ്റം മുറിച്ചുകടന്ന് അവൾ കസേരയ്ക്കു പിന്നിൽ ഒളിച്ചു. കണ്ണിൽപെട്ടാൽ ചൂരൽ പൊട്ടുംവരെയാണ് അടി

കിട്ടുക. കസേരയ്ക്കടിയിൽ ഒളിച്ചിരിക്കണോ രണ്ടും കല്പിച്ച് അകത്തേക്ക് ഓടണോ എന്നാലോചിക്കുമ്പോഴാണ് കാല്പെരുമാറ്റം കേട്ടത്. ഒരു പ്ലേറ്റുമായിവന്ന് മുത്തശ്ശൻ കസേരയിലിരുന്നു.

"ശങ്കരൻനായരേ" മുത്തശ്ശന്റെ വിളി സൗമ്യമായിരുന്നു. ശങ്കുമ്മാവൻ തോർത്ത് അരയിൽകെട്ടി, തൂണും ചാരി കോലായിലിരിക്കണം, അതാണ് ആ വിളിയുടെ പൊരുൾ. മരുന്നുകുടിച്ചു തീരുന്നതുവരെ കേണൽ മുത്തശ്ശൻ പറയുന്ന പട്ടാളക്കഥകളെല്ലാം കേൾക്കണം. ഇടയ്ക്ക് വെള്ളം കൊണ്ടുവരണം. മിക്ക ദിവസവും ശങ്കുമ്മാവനും കൊടുക്കും ഒരു ഗ്ലാസ് മരുന്ന്. ഉണ്ണിമായ അടുത്ത മുറിയിലിരുന്ന് പലപ്പോഴും ഒളിഞ്ഞുനോക്കി കൊതിവെള്ളം ഇറക്കി ഇരിക്കാറുണ്ട്. തൊണ്ടവേദനയ്ക്കുള്ള മരുന്നാണെന്നാണ് ശങ്കുമ്മാവൻ പറഞ്ഞത്. നല്ല ചുവപ്പുനിറം. ഒരു മണവും. പുഴമീനാണു തൊട്ടുകൂട്ടുക. അതൊക്കെ കാണുമ്പോൾ ഉണ്ണിമായയ്ക്കു കൊതിയാകും മരുന്ന് കുടിക്കാൻ. കസേരയ്ക്കു പിന്നിലിരുന്നു മുത്തശ്ശൻ ഓരോ കവിൾ കുടിക്കുന്നതും തൊണ്ട വൃത്തിയാക്കുന്ന ചില ശബ്ദങ്ങളുണ്ടാക്കുന്നതും ഉണ്ണിമായ കണ്ടു. വീണ്ടും മുത്തശ്ശൻ വിളിച്ചു.

"ശങ്കരൻനായരേ!"

ആവി പറക്കുന്ന മീൻകറിയുമായി ശങ്കുമ്മാവൻ വന്നു. മേശ വലിച്ചിട്ട് മീൻകറി അടുത്തു വച്ചുകൊടുത്ത്, തൂണുംചാരി പതിവുപോലെ ഇരുന്നു. ഇരുന്നപ്പോഴാണ് കസേരയ്ക്കു പിന്നിലെ ഉണ്ണിമായ കണ്ണിൽപ്പെട്ടത്. ശങ്കുമ്മാവന്റെ കണ്ണുതള്ളിപ്പോയി.

"എവിടെ ശങ്കരൻനായരേ അവൾ?"

''മുകളിലിരുന്നു പഠിക്യാണ്." ഒരു ഭാവഭേദവുമില്ലാതെ ശങ്കുമ്മാവൻ പറഞ്ഞു. ഒറ്റവലിക്ക് കേണൽ കൊടുത്ത ഗ്ലാസ് കാലിയാക്കുകയും ചെയ്തു. ഉണ്ണിമായയ്ക്ക് ചിരി വന്നു. മിണ്ടരുത്, ചിരിക്കരുത് എന്ന് ശങ്കുമ്മാവൻ തഞ്ചത്തിൽ ആംഗ്യം കാണിച്ചു.

"നായരേ, ഇന്നു തേങ്ങാവെട്ടുകാരൻ വന്നുവോ?" മുത്തശ്ശൻ അന്വേഷിച്ചു.

"ഉവ്വ്." ശങ്കുമ്മാവൻ ഭവ്യതയോടെ പറഞ്ഞു.

"വടക്കേപ്പാട്ടെ തൊടീം കൊട്ടിലും കൊടുക്കുന്നുണ്ടെന്നു രാവിലെ നടക്കാൻ പോയപ്പോ എളയതു പറഞ്ഞു. അതു വാങ്ങിയിട്ടാലോ എന്ന് ആലോചിച്ചു." ശങ്കുമ്മാവൻ ഒന്നും മിണ്ടിയില്ല.

"ഉണ്ണിമായ വലുതായിട്ട് എന്തു തോന്നുന്നുവോ അതുപോലെ ചെയ്തോട്ടെ."

ഉണ്ണിമായ അത്ഭുതപ്പെട്ടു. കേണൽ മുത്തശ്ശന് തന്നോട് സ്നേഹമുണ്ട്! പക്ഷേ, വടക്കേപ്പാട്ടെ തൊടിയിൽ യക്ഷിയുണ്ടെന്ന് അശോകൻ ചേട്ടൻ പറഞ്ഞിരുന്നു. അത് മുത്തശ്ശനറിയില്ലല്ലോ. അതുകൊണ്ട് അതു വേണ്ട മുത്തശ്ശാ എന്നു പറയാൻ ഉണ്ണിമായ എഴുന്നേല്ക്കാൻ തുടങ്ങുമ്പോഴേക്കും ഫോണടിച്ചു. ഉണ്ണിമായ ഞെട്ടിപ്പോയി. ശങ്കുമ്മാവൻ കണ്ണടച്ചു കാണിച്ചു. അടങ്ങിയിരിക്കാൻ.

കേണൽ മുത്തശ്ശൻ അകത്തേക്കു ക്ടോ പ്ടോം എന്നു നടന്നുപോയി. പോയതിന്റെ പിറകേ "ശങ്കരൻ നായരേ!" എന്നു വിളിയും വന്നു.

ശങ്കുമ്മാവൻ ധൃതിയിൽ വന്ന് ഉണ്ണിമായയുടെ ചെവിയിൽ പറഞ്ഞു:

"ഞാൻ സൂത്രത്തിൽ മുത്തശ്ശനെ മാറ്റാം. ഒറ്റ ഓട്ടത്തിന് അടുക്കളേടെ വാതിലിന്റെ പിന്നിൽപ്പോയി ഒളിക്കണം. വൈകോ?"

ഉണ്ണിമായ ഗമയിൽ പറഞ്ഞു: "നോക്കാം." അശോകൻ ചേട്ടനിൽ നിന്നാണ് ഉണ്ണിമായ അത് പഠിച്ചത്.

"ചേട്ടാ എനിക്കൊരു പൂ പൊട്ടിച്ചുതരുവോ?" എന്നു ചോദിച്ചാൽ ഉടനെ അശോകൻ പറയുക 'നോക്കാം' എന്നാണ്. അതിലെ ഒരു ഗമ ഉണ്ണിമായയ്ക്ക് നന്നേ ബോധിച്ചിരുന്നു. സംശയിച്ചുനിന്ന ശങ്കുമ്മാവനോട് ഉണ്ണിമായ നല്ല സ്റ്റൈലായി വീണ്ടും പറഞ്ഞു.

"നോക്കാം ശങ്കുമ്മാവാ."

ശങ്കുമ്മാവൻ പോയപ്പോൾ ഉണ്ണിമായ എഴുന്നേറ്റു. രംഗം അപ്പാടെ ഒന്നു വീക്ഷിച്ചു. മുത്തശ്ശന്റെ ഗ്ലാസ് പകുതിയാക്കി കസേരക്കൈയിലിരിപ്പുണ്ട്. ശങ്കുമ്മാവന്റെ ഗ്ലാസ് തൂണിനോടുചേർന്ന് കാൽഭാഗം മരുന്നുമായി വിനീതമായി അങ്ങനെ ഇരിപ്പുണ്ടായിരുന്നു. ഉണ്ണിമായ ആദ്യം ശങ്കുമ്മാവന്റെ ഗ്ലാസെടുത്തു. ശങ്കുമ്മാവൻ ചെയ്യുന്നതുപോലെ മൂക്കുപൊത്തി ഒറ്റ വീർപ്പിനു കാലിയാക്കി. തൊണ്ട പൊള്ളിയപോലെയോ വയറ്റിലെന്തോ കുഴഞ്ഞു മറിയുന്നതുപോലെയോ ഒക്കെ ഉണ്ണിമായയ്ക്കു തോന്നി. അവൾ വേഗം മുത്തശ്ശന്റെ മീൻകറി തൊട്ട് നാവിൽതേച്ചു. എരിഞ്ഞു തുള്ളിച്ചാടിപ്പോയി, ഉണ്ണിമായ. എന്തൊരു എരിവ്! വേഗം ചാരുകസേരയിലിരുന്ന മുത്തശ്ശന്റെ ഗ്ലാസ് എടുത്തു. 'മരുന്ന്' മുഴുവനും കുടിച്ചു. എരിവിനു സമാധാനമായി. പക്ഷേ, വല്ലാത്ത ചവർപ്പും മണവും. തലയ്ക്ക് ഭയങ്കര കനം. അവൾ ചാരിക്കിടന്നു. അപ്പുറത്തെ മുറിയിൽ മുത്തശ്ശൻ ഫോണിൽ വർത്തമാനം പറയുന്നതു കേൾക്കാം. ആകെ നല്ല സുഖം തോന്നി. ഛർദ്ദിക്കാൻ വരുന്നുണ്ടോ? ആവോ. കണ്ണുകൾ താനേ അടയുകയാണ്. ആരാണ് കണ്ണുകൾ അടയ്ക്കുന്നത്. തന്റെ മയിൽപ്പീലിയല്ലേ?

ഉണ്ണിമായ കാൽ രണ്ടും നീട്ടിവച്ച് ഉറക്കമായി. പത്തുമിനിട്ടുകഴിഞ്ഞുവന്നപ്പോൾ ശങ്കുമ്മാവനും കേണലും കണ്ടത് ഉറങ്ങുന്ന ഉണ്ണിമായയെയും ഒഴിഞ്ഞ ഗ്ലാസുകളെയുമാണ്.

ശങ്കുമ്മാവൻ വിരണ്ടുപോയി. ഇങ്ങനെ ഒരു അനാമത്ത് പ്രതീക്ഷിച്ചതല്ല. തത്രപ്പെട്ട് ഉണ്ണിമായയെ എടുക്കാൻ ചെന്ന ശങ്കുമ്മാവനെ കേണൽ പൊട്ടിച്ചിരിച്ചുകൊണ്ട് വിലക്കി. പിന്നെ അതീവ സൗമ്യതയോടെ അവളെ തോളിലിട്ടു കേണൽതന്നെ മുകളിലത്തെ അവളുടെ മുറിയിൽ കൊണ്ടു കിടത്തി. കേണൽ പോയി തെല്ലുനേരം കഴിഞ്ഞപ്പോൾ ഉണ്ണിമായ ഉറക്കത്തിൽ എന്തിനോ ഒന്നു തേങ്ങി. മേശപ്പുറത്ത് വിശ്രമിച്ചിരുന്ന മയിൽപ്പീലി വായുവിൽ ഉയർന്നു പൊങ്ങിയതും പാറിവന്ന് ഉണ്ണിമായയുടെ നെറുകയിൽ തലോടിയതും സ്വപ്നങ്ങളെ മയിൽപ്പീലി ഉഴിഞ്ഞ് സ്നിഗ്ദ്ധമധുരങ്ങളാക്കിയതും ആരും അറിഞ്ഞില്ല. ഉണ്ണിമായയും. എങ്കിലും അവൾ ഉറക്കത്തിൽ മെല്ലെ മന്ദഹസിച്ചു. ആകാശവും ഭൂമിയും ഒരുപോലെ മന്ദഹസിച്ചു. അവരുടെ മന്ദഹാസം പോലെ നിലാവുപരന്നു.

ആറ്

ഒരു ഞായറാഴ്ചയായിരുന്നു അത്. ശങ്കുമ്മാവൻ അടയ്ക്കാ വെട്ടുകാരനെ അന്വേഷിച്ചു പോയിരിക്കുകയായിരുന്നു. മടക്കത്തിൽ കുഞ്ചു ആശാരിയെയും കൊണ്ടുവരും. ആശാരിക്ക് രണ്ടു മൂന്നു ദിവസത്തെ പണിയുണ്ടാവും. അതിനിടയ്ക്ക് ഒരു മരപ്പാവയെ ഉണ്ടാക്കിത്തരാൻ പറയാം എന്നൊക്കെ പറഞ്ഞതുകൊണ്ടാണ് ഉണ്ണിമായ ശങ്കുമ്മാവനെ വിട്ടത്. കേണൽ മുത്തശ്ശൻ ഉമ്മറത്തിരുന്ന് പഞ്ചായത്തു പ്രസിഡന്റിനോട് സംസാരിക്കുകയായിരുന്നു. അയാളെ ശങ്കുമ്മാവന് ഇഷ്ടമല്ല. ശങ്കുമ്മാവന് ഇഷ്ടമല്ലാത്തതുകൊണ്ട് ഉണ്ണിമായയ്ക്കും ഇഷ്ടമല്ല. ശങ്കുമ്മാവൻ അശോകൻ ചേട്ടന്റെ അമ്മുമ്മയോട് പറയുന്നത് ഉണ്ണിമായ കേട്ടിട്ടുണ്ട്: "ഇന്ത്യാ മഹാരാജ്യത്തിന്റെ പ്രസിഡന്റാണെന്നാ അയാൾടെ ഒരു ഭാവം. വേണ്ടാത്ത ബുദ്ധിയൊക്കെ ഉപദേശിച്ചു കൊടുക്കണെത് അയാള് ഒറ്റയൊരുത്തനാ." അതുകൊണ്ട് ഉണ്ണിമായ താഴത്തേക്കു പോയില്ല. പോയാൽ അയാൾ അടുത്തുവിളിച്ച് ഓരോന്ന് ചോദിക്കും. അല്ലെങ്കിലും പോയിട്ടെന്തു കാര്യം? നാണിയമ്മ മീൻ വെട്ടുകയായിരിക്കും. അശോകൻചേട്ടനോടു സൈക്കിൾ വാടകയ്ക്കെടുത്ത് മുന്നിലിരുത്തി കറങ്ങാൻ പോവാൻ പറഞ്ഞാലോ എന്ന് ഉണ്ണിമായയ്ക്ക് ഒരു പ്ലാൻ തോന്നി. പിന്നെ അതുവേണ്ട എന്നും വച്ചു. സൈക്കിളെടുത്താലും മഞ്ജുച്ചേച്ചീടെ വീടിന്റെ ചുറ്റും കിണികിണി എന്നു ബെല്ലടിച്ചു ചുറ്റിക്കറങ്ങുകയേ ചെയ്യുകയുള്ളൂ. അതുകൊണ്ട് ഉണ്ണിമായ സൈക്കിൾ സവാരിക്കും പോകാറില്ല. പുഴക്കരയിലേക്കും പോകാറില്ല. മേശവലിപ്പ് പരിശോധിച്ചപ്പോൾ മയിൽപ്പീലിയുടെ അരികിലായി ഒരു ഡസൻ കളർ ചോക്കുകൾ!

സന്തോഷംകൊണ്ട് ഉണ്ണിമായ തുള്ളിച്ചാടി. ശങ്കുമ്മാവൻ കൊണ്ടുവന്നു വച്ചതാവും എന്ന് ഉണ്ണിമായ കരുതി. പറയാൻ മറന്നതാവും.

ഏതാനും കളർ ചോക്കുകളെടുത്ത് ഉണ്ണിമായ നിലത്ത് വരയ്ക്കാൻ തുടങ്ങി. ഗണപതിയെയാണ് ഉണ്ണിമായയ്ക്ക് ഏറ്റവും ഇഷ്ടം. നൃത്തം വയ്ക്കുന്ന ഗണപതിയെയാണ് എപ്പോഴും വരയ്ക്കുക. ഗണപതിയുടെ ഉണ്ണിക്കുടവയറും ഒറ്റക്കൊമ്പും ഒക്കെ വരയ്ക്കുമ്പോഴാണ് മയിൽപ്പീലി പാറിവന്ന് എതിരെ വീണത്. കൊമ്പ് വരച്ചിട്ട് ശരിയാകാത്തതിൽ സങ്കടപ്പെട്ട് മായ്ക്കുകയും വരയ്ക്കുകയും മായ്ക്കുകയും ചെയ്യുന്നതിനിടയ്ക്ക് കണ്ണഞ്ചിക്കുന്ന വേഗത്തിൽ മയിൽപ്പീലി ദ്രുതചലനങ്ങളിലൂടെ നൃത്തം ചെയ്യുന്ന ഒരു വലിയ ഗണപതിയെ വരച്ചിട്ടു. ഉണ്ണിമായയുടെ മുഖം വിടർന്നു. ഗണപതിയെ അനുകരിച്ച് അവളും കൈകൊട്ടി നൃത്തം ചെയ്തു. മയിൽപ്പീലി അവളുടെ ചുവടുകൾക്കനുസൃതമായി ചുറ്റിനും പാറിപ്പറന്നു. നൃത്തം ചെയ്തു ചെയ്തു തളർന്ന് അവൾ ഗണപതിയുടെ കാൽച്ചുവട്ടിലിരുന്ന് ആ മുഖത്തേക്ക് ഉറ്റുനോക്കി. എന്തൊരു ജീവനുള്ള ചിത്രം! എന്തു ഭംഗി! നോക്കിയിരിക്കെ മയിൽപ്പീലി ഗണപതിയെ ഒന്നുഴിഞ്ഞു. ഗണപതിയുടെ കൺപീലികൾ ചലിക്കുകയും മുഖത്ത് പുഞ്ചിരി വിരിയുകയും ചെയ്തു. കാൽച്ചുവട്ടിലെ ചുണ്ടെലി മുറിയിൽ മുഴുവൻ ഓടിക്കളിച്ചു കരുണാമയമായ മന്ദഹാസത്തോടെ കൈയിലെ അപ്പത്തിന്റെ കഷണം ഉണ്ണിമായയുടെ തുടുത്ത കൈവെള്ളയിൽ ഉണ്ണിഗണപതി വച്ചുകൊടുത്തു.

ആ നിമിഷമാണ് കോണിപ്പടിയിൽ മുത്തശ്ശന്റെ വാക്കിങ് സ്റ്റിക്കിന്റെ ശബ്ദം കേട്ടത്. ഉണ്ണിമായ ഒറ്റഓട്ടത്തിന് കട്ടിലിന്റെ താഴെ ഒളിച്ചു. വീർപ്പടക്കി ഗണപതിയെ നോക്കിയപ്പോൾ അതാ മയിൽപ്പീലി ഗണപതിയെ ഉഴിഞ്ഞു പാറിപ്പറന്നു മറയുന്നു. ഗണപതിയുടെ സുന്ദരമായ ചിത്രം നിലത്ത് അവശേഷിച്ചു.

കേണൽമുത്തശ്ശന്റെ കൂടെ ആശാരി കുഞ്ചുവും ഉണ്ടായിരുന്നു. മുറിയിലേക്ക് കാലെടുത്തുവച്ച കേണലിന്റെ കണ്ണിൽപ്പെട്ടത് നൃത്തം ചെയ്യുന്ന ഗണപതിയുടെ സന്തോഷമാണ്. ആ ചിത്രം തന്റെ തലയിൽ കയറി നൃത്തം ചവിട്ടുകയാണെന്നാണ് കേണലിനു തോന്നിയത്. കേണലിന്റെ ഭാവം പകർന്നു. സാവധാനം ഉള്ളിലേക്ക് കടന്നുവന്ന് ചിത്രം പരിശോധിച്ചു. കട്ടിലിനടിയിൽ പതുങ്ങിയ ഉണ്ണിമായയുടെ കാൽവിരൽത്തുമ്പ് കണ്ടു. കുഞ്ചു ആശാരി നിലത്ത് ഉളിവച്ച് ഗണപതിയെ തൊട്ടു തൊഴുത് "വരച്ചത് അസ്സലായിട്ടുണ്ടേ" എന്നുപറയുകയും ചെയ്തു. കട്ടിലിനടിയിൽ പതുങ്ങിയ ഉണ്ണിമായയ്ക്ക് മുത്തശ്ശന്റെ മുഖം കാണാൻ വയ്യ. കേണൽ ഒന്നും പറയാതെ ഉണ്ണിമായയുടെ മുറിയിലെ ജനാലകളുടെ കൊളുത്തുകൾ ഉറപ്പിക്കാനുള്ളതാണെന്ന് കുഞ്ചു ആശാരിക്ക് തുറന്നും അടച്ചും കാണിച്ചുകൊടുത്തു.

"ജനാല അപ്പടി ചിതലരിക്കുന്നുണ്ട്." കുഞ്ചു ആശാരി ചൂണ്ടിക്കാട്ടി.

"വേണ്ടതു ചെയ്യണം, താഴെപ്പോയി ശങ്കരൻനായരോടു പറഞ്ഞാ മതി."

"ഓ, നാളെത്തന്നെ പണി തുടങ്ങാം." കുഞ്ചു ആശാരി താഴത്തേ

ക്കുപോയി. ഞൊടിയിൽ കുനിഞ്ഞ് ഉണ്ണിമായയെ രണ്ടും കൈയും കൂട്ടിപ്പിടിച്ച് കേണൽ പുറത്തേക്കെടുത്തു. മുത്തശ്ശന്റെ കണ്ണുകളുടെ അറ്റം ചുവക്കുകയും മീശ വിറകൊള്ളുകയും ചെയ്യുന്നുണ്ടായിരുന്നു.

വരച്ച ചിത്രത്തിലേക്ക് ചൂണ്ടിക്കാട്ടി കേണൽ അലറി.

"എന്താ ഇത്?"

"ഗണപതിപ്പാപ്പ." ഉണ്ണിമായ സത്യസന്ധമായി ഉത്തരം പറഞ്ഞു. ഒരുപക്ഷേ, ചിത്രം കണ്ടിട്ട് മുത്തശ്ശന് മനസ്സിലായിട്ടുണ്ടാവില്ല, എന്നും വിചാരിച്ചു.

"ചിത്രം വരയ്ക്കരുത് എന്നു ഞാൻ പറഞ്ഞിട്ടില്ലേ? എവിടന്നുകിട്ടി ചോക്ക്? ഓ, അതുശരി, മനസ്സിലായി ശങ്കരൻനായരേ!"

ഉണ്ണിമായ ആലിലപോലെ വിറയ്ക്കുകയായിരുന്നു. ശങ്കുമ്മാവൻ ഓടിക്കയറിവന്നു. ഒറ്റനോട്ടത്തിൽ കാര്യം മനസ്സിലാക്കി.

"ശങ്കരൻനായരേ, നിങ്ങളല്ലേ ഇവൾക്ക് ചോക്ക് കൊടുത്തത്? എന്റെ മകനെ കുരുതികൊടുത്തു തൃപ്തിയായില്ലേ നായരേ? ഇനി ഇതിനെയെങ്കിലും..."

"അങ്ങുന്നേ..." ശങ്കരൻനായർ പറയാൻ തുടങ്ങിയെങ്കിലും കേണൽ കൂട്ടാക്കിയില്ല.

"മിണ്ടരുത്,ശങ്കരൻനായരേ, മിണ്ടിപ്പോകരുത്."

കേണൽ തിരിഞ്ഞു ഭീഷണമായ സ്വരത്തിൽ ചോദിച്ചു.

"ഇനി നീ ചിത്രം വരയ്ക്കുമോ?"

ഉണ്ണിമായയ്ക്ക് എന്താണ് പറയേണ്ടതെന്ന് അറിഞ്ഞില്ല. നിസ്സഹായതയോടെ ശങ്കുമ്മാവനെ നോക്കി.

"കേട്ടില്ലേ ചോദിച്ചത്? ഇനി വരയ്ക്കുമോന്ന്?"

രണ്ടും കല്പിച്ച് ഉണ്ണിമായ പുഴുപ്പല്ലി രാധയെ അനുനയിപ്പിക്കുന്ന അതേ രീതിയിൽ ചോദിച്ചു.

"മുത്തശ്ശാ, മുത്തശ്ശനു വേണെങ്കിൽ ഞാൻ മുത്തശ്ശന്റെ ചിത്രം വരച്ചുതരാലോ."

കേണലിന്റെ വാ പിളർന്നുപോയി. ദേഷ്യം കൊണ്ടു കണ്ണുകൾ വട്ടച്ചു. ശങ്കുമ്മാവൻ കണ്ണുകൾ ഇറുക്കിയടച്ചു.

"പട്ടാളത്തൊപ്പിയിട്ട് ചിത്രം വരച്ചേരാം." ഉണ്ണിമായ ഉത്സാഹത്തോടെ പറഞ്ഞു.

"നായരേ! ചൂരൽ." ഈ രണ്ടു വാക്കുകളേ കേണലിന് ഉച്ചരിക്കാൻ കഴിഞ്ഞുള്ളൂ. ശങ്കുമ്മാവൻ പോയി ചൂരലുമായി മടിച്ചുമടിച്ചു പ്രത്യക്ഷപ്പെട്ടു.

ഉണ്ണിമായയ്ക്ക് അപ്പോഴാണ് കാര്യത്തിന്റെ കിടപ്പു മനസ്സിലായത്. പിന്നെന്തു ചെയ്യാൻ? കണ്ണ് ഇറുക്കിയടച്ചു കൈനീട്ടി നിന്നു.

ഉണ്ണിമായയുടെ കുഞ്ഞിക്കൈയിൽ തലങ്ങനെയും വിലങ്ങനെയും ചൂരൽ പതിഞ്ഞു.

ഉണ്ണിമായ ചുണ്ടു കടിച്ചുപിടിച്ചുനിന്നെങ്കിലും ഒരു ഘട്ടത്തിൽ പൊട്ടി

ക്കരഞ്ഞുപോയി.

ഗണപതിയുടെ ചിത്രത്തിലേക്ക് ചൂരൽ വലിച്ചെറിഞ്ഞ് ശങ്കരൻ നായരെ ദഹിപ്പിക്കുന്ന ഒരു നോട്ടവും നോക്കി കേണൽ മുറിയിൽനിന്ന് ഇറങ്ങിപ്പോയി.

ശങ്കുമ്മാവൻ ഓടിപ്പോയി ഉണ്ണിമായയെ എടുത്തു. ശങ്കുമ്മാവനും നിർല്ലജ്ജം കരയുകയായിരുന്നു.

"എന്തിനാ അമ്മുക്കുട്ടി വരയ്ക്കാൻ പോയത്? മുത്തശ്ശനു ചിത്രം വരയ്ക്കുന്നത് കണ്ണെടുത്താ കണ്ടുകൂടാന്നറിഞ്ഞൂടേ?"

വിതുമ്പിക്കൊണ്ട് ഉണ്ണിമായ ആവർത്തിച്ചു:

"ഇനിക്കു ചിത്രം വരയ്ക്കണം."

സങ്കടം കടിച്ചമർത്തി കൈനിറയെ മുത്തം കൊടുത്ത് ശങ്കുമ്മാവൻ പിൻവശത്തേക്കുചെന്നു. നാണിയമ്മ കറമ്പിപ്പശുവിനു വൈക്കോലിട്ടുകൊടുക്കുന്നുണ്ടായിരുന്നു. കറമ്പിപ്പശുവിന്റെ സ്നേഹം നിറഞ്ഞ നോട്ടം ഉണ്ണിമായയെ വന്നുതൊട്ടു. ശങ്കുമ്മാവന്റെ കൈയിൽനിന്ന് ഊർന്നിറങ്ങി ഉണ്ണിമായ കറമ്പിയുടെ അടുത്തേക്കോടി. ഉണ്ണിമായയേക്കാൾ മുമ്പിലോടി കറമ്പിയുടെ പശുക്കുട്ടി അകിടിലിടിച്ചു ധൃതിയിൽ പാലു കുടിക്കാൻ തുടങ്ങി. ഉണ്ണിമായ അത് കൗതുകത്തോടെ നോക്കി. കറമ്പി കുട്ടിയെ നക്കുകയും വാത്സല്യംകൊണ്ട് അമറുകയും ചെയ്തു.

"എന്താ നാണിയമ്മേ കറമ്പി പറഞ്ഞത്?" ഉണ്ണിമായ ചോദിച്ചു.

"ഉണ്ണിമായക്കുട്ടിക്കു പാലുവേണോന്നു ചോദിച്ചതാ." നാണിയമ്മ പറഞ്ഞു.

"തള്ളേ, ആ കുട്ടിയെ അങ്ങട് മാറ്റിക്കെട്ട്ണ്ണ്ടോ? കുട്ടി കുടിച്ചു പാലു കിട്ടാഞ്ഞാ അതിനും ഞാൻ കേൾക്കണ്ടേ?"

ശങ്കുമ്മാവൻ ദേഷ്യപ്പെട്ടു

"എന്തിനേ മുത്തശ്ശന്റേന്ന് ഇന്നും അടിമേടിച്ചത്?"

പശുക്കുട്ടിയെ മാറ്റിക്കെട്ടുമ്പോൾ നാണിയമ്മ ചോദിച്ചു. അതിനു മറുപടി പറയാൻ സമ്മതിക്കാതെ ശങ്കുമ്മാവൻ ഉണ്ണിമായയെ എടുത്ത് കയ്യാല കടന്ന് അശോകന്റെ വീട്ടിലേക്കുപോയി. അശോകന്റെ അമ്മൂമ്മ നെൽക്കതിരുകൾ വട്ടത്തിൽ മെടഞ്ഞുണ്ടാക്കുകയായിരുന്നു.

"എന്താ ശങ്കരൻനായരേ, ഇങ്ങനെ കണ്ണീച്ചോര ഇല്യാണ്ടെ കുട്ട്യാളെ ദ്രോഹിക്ക്യേ? എന്താപ്പൊണ്ടായേ?"

ശങ്കുമ്മാവന് സങ്കടം സഹിക്കാൻ കഴിഞ്ഞില്ല. മൂക്കുപിഴിഞ്ഞ് കണ്ണുതുടച്ച് ശങ്കുമ്മാവൻ പറഞ്ഞു:

"എന്തുണ്ടാവാനാ അമ്മൂമ്മേ, അമ്മുക്കുട്ടി ചിത്രം വരച്ചു. അതുതന്നെ. അതെങ്ങനെയാ വരയ്ക്കാതിരിക്യാ. വിത്തുഗുണം പത്തു ഗുണമെന്നല്ലേ പറയ്വാ. അമ്മുക്കുട്ടീടെ അച്ഛനും വരച്ചിരുന്നതല്ലേ. അമ്മൂമ്മയ്ക്കറിയാലോ."

അശോകൻ ഉണ്ണിമായയുടെ കൈ നിവർത്തിനോക്കി.

ശങ്കുമ്മാവൻ ഇടറുന്ന സ്വരത്തിൽ പറഞ്ഞു:

"ഞാൻ ജോലി കളഞ്ഞിട്ടു പോയാലോന്നു ചെലപ്പോ നിരീക്കും. പോയാ ഇതിന് ആരാ ഒരുതുണ? മരിച്ചുപോയ മാധവൻകുട്ടി എന്നോടു പൊറുക്കില്യ. മാധവൻകുട്ട്യോടുകാണിച്ച അനീതി കണ്ടിട്ട് അപ്പോ ഇറങ്ങണംന്ന് വിചാരിച്ചിരുന്നു. അതും കഴിഞ്ഞില്യ."

"ശങ്കുമ്മാവൻ കരയണ്ട." ഉണ്ണിമായ പറഞ്ഞു.

ശങ്കുമ്മാവൻ ഉണ്ണിമായയെ വാരിയെടുത്ത് തെരുതെരെ ഉമ്മ കൊടുത്തു.

"കല്യാണം കഴിഞ്ഞ് ആറുമാസമായപ്പോഴേക്കും മാധവങ്കുട്ടി മരിച്ചു അല്ലേ?" വിദൂരതയിൽ കണ്ണുംനട്ട് അമ്മൂമ്മ ചോദിച്ചു.

"അതെ. അന്ന് ഇതിന്റെ അമ്മയ്ക്ക് ഇതിനെ രണ്ടുമാസം വയറ്റിലാ. പ്രസവത്തില് അമ്മേം പോയി. ആസ്പത്രീന്ന് ഇതിനെ ഇവിടെ കൊണ്ടുവരുമ്പോ ഞാനുംണ്ടായിരുന്നു."

ശങ്കുമ്മാവൻ ഉണ്ണിമായയ്ക്ക് ഒരുമ്മകൂടി കൊടുത്തു.

ഉണ്ണിമായയ്ക്കു മനസ്സിലായി, ശങ്കുമ്മാവൻ തന്റെ അമ്മയെയും അച്ഛനെയുംകുറിച്ചാണ് പറയുന്നതെന്ന്. അവളുടെ മുഖം വാടി. അശോകൻ അതു കണ്ടു. അവൻ അവളെ നിർബ്ബന്ധിച്ചു പുഴക്കരയിലേക്കു കൊണ്ടുപോയി.

പോകുന്നവഴിക്ക് മഞ്ജുച്ചേച്ചിയുടെ വീടിന്റെ പടിക്കൽ ഒരു പൂവുപോലും കണ്ടില്ല. പുഴവക്കത്ത് അവർ ഒന്നും മിണ്ടാതെ അങ്ങനെ ഇരുന്നു. വെയിൽ മങ്ങിമങ്ങി നില്ക്കുന്ന ഒരു ദിവസം.

നിറഞ്ഞൊഴുകുന്ന പുഴ. ദൂരെ ഒരു പൊട്ടുപോലെ രാവുണ്ണി നായരുടെ തോണി. പുഴയിലേക്ക് ഓരോ കല്ലുകളെറിഞ്ഞ് ഉദാസീനനായി ഇരിക്കുന്ന അശോകനോട് ഉണ്ണിമായ ചോദിച്ചു:

"അശോകൻചേട്ടന്റെ അമ്മയെവിട്യാ?"

"ദുബായിലാ." അശോകൻ താല്പര്യമൊന്നുമില്ലാതെ മറുപടി പറഞ്ഞു. "മൂന്നുകൊല്ലാം കൂടുമ്പോ വരും."

ഉണ്ണിമായ കുറച്ചുനേരം ആലോചിച്ചിരുന്നു. പിന്നെ ചോദിച്ചു.

"ഈ ദുബായീന്നു പറഞ്ഞാ അതെവിട്യാ?"

"അങ്ങു ദൂരെയാ."

"ഈ പുഴ പോയ്പ്പോയി ദുബായിലെത്ത്വോ?"

"ആ എത്തുമായിരിക്കും."

"അപ്പോ, അശോകൻചേട്ടന്റെ അച്ഛനോ?

"അച്ഛൻ കുഞ്ഞിലേ എന്നെ ഇട്ട്ട്ടേച്ചുപോയി."

"ആകാശത്താണോ?" ഉണ്ണിമായ ചോദിച്ചു.

അശോകൻ മിണ്ടിയില്ല.

"എന്റമ്മേം അച്ഛനും ആകാശത്താന്ന് ശങ്കുമ്മാവൻ പറഞ്ഞു."

"ഉം..." അശോകൻ മൂളി. പിന്നെ തിരിഞ്ഞ് ഉണ്ണിമായയുടെ മുടിയിഴകൾ മാടിയൊതുക്കി അവൻ പറഞ്ഞു. "ഉണ്ണിമായമ്മടെ അച്ഛനെ ഞാൻ കുട്ടിക്കാലത്തു കണ്ടിട്ടുണ്ട്. നിറയെ ചിത്രം വരച്ചുതന്നിട്ടുണ്ട്, എനിക്ക്."

ഉണ്ണിമായ അശോകൻചേട്ടനെ കണ്ണിമയ്ക്കാതെ നോക്കി.

"ഉണ്ണിമായമ്മടെ അച്ഛൻ വലിയ ആളായിരുന്നു."

"ന്നുവച്ചാൽ എന്താ?" ഉണ്ണിമായ ചോദിച്ചു.

"എന്നുവച്ചാൽ, നല്ല ആളായിരുന്നു എന്നർത്ഥം. അതോണ്ടാണ് ഉണ്ണിമായമ്മേടെ അമ്മേ കല്യാണം കഴിച്ചത്. നാടോടികളുടെ കൂട്ടത്തിൽ നൃത്തം ചെയ്തു വന്നതാ ഉണ്ണിമായമ്മേടെ അമ്മ."

ഉണ്ണിമായയ്ക്ക് അതൊക്കെ വലിയ, പുതിയ, അറിവുകളായിരുന്നു. ചിലങ്കകെട്ടി നൃത്തം ചെയ്യുന്ന ഒരു സുന്ദരിയെ ഉണ്ണിമായ ഒരു സിനിമയിൽ കണ്ടിരുന്നു.

അവളുടെ മുഖം അഭിമാനംകൊണ്ടു തുടുത്തു.

"ഉണ്ണിമായമ്മയുടെ അച്ഛൻ വരച്ച ചിത്രങ്ങളൊക്കെ കേണൽ മുത്തശ്ശൻ കത്തിച്ചുകളഞ്ഞു. എന്നാലും ചിലത് ശങ്കുമ്മാവന്റെ കൈയിലുണ്ടാവും. മുത്തശ്ശൻ കേൾക്കാണ്ടെ ചോദിച്ചുനോക്കിക്കോളൂട്ടോ."

വീണ്ടും അവർ രണ്ടുപേരും നിശ്ശബ്ദരായി. ഉണ്ണിമായ തന്റെ അച്ഛനെയും അമ്മയെയുംകുറിച്ച് ഓർക്കുകയായിരുന്നു. അശോകൻചേട്ടനും എന്തോ ഓർത്തിരിക്കുകയാണെന്ന് ഉണ്ണിമായ കണ്ടു.

മുളങ്കാട് കാറ്റിൽ ഇളകി. പുഴ ചിരിതൂവി ഓടിപ്പൊയ്ക്കൊണ്ടിരുന്നു. ഒരു ഇലകൊഴിഞ്ഞ് പുഴയിൽ വീഴുകയും വട്ടംചുറ്റി ഒഴുക്കിൽ അപ്രത്യക്ഷമാവുകയും ചെയ്തു. വെയിൽ ചാഞ്ഞുതുടങ്ങിയപ്പോൾ അശോകൻ എഴുന്നേറ്റു. ഒന്നും മിണ്ടാതെ ഉണ്ണിമായയുടെ നേർക്ക് വിരൽനീട്ടി. വിരലിൽ പിടിച്ച് ഉണ്ണിമായ എഴുന്നേറ്റു. അന്ന് അശോകൻചേട്ടൻ മുളങ്കാടിനപ്പുറത്തേക്ക് പോയതേയില്ലല്ലോ എന്ന് ഉണ്ണിമായ അപ്പോഴാണ് ഓർത്തത്. അശോകന്റെ കൈപിടിച്ചു നീങ്ങവെ ഉണ്ണിമായ ചോദിച്ചു.

"അശോകൻ ചെറുക്കന്റെ മഞ്ഞുചേച്ചി എന്താ വരാത്തെ?"

"മഞ്ജുച്ചേച്ചി ഇനി വരില്ല." ഒരു ദുരന്തനായകനെപ്പോലെ ദീർഘമായി നിശ്വസിച്ച് അശോകൻ പറഞ്ഞു.

"അതെന്താ?" ഉണ്ണിമായ ചോദിച്ചു.

"മഞ്ജുചേച്ചീടെ അച്ഛന് വേറൊരു സ്കൂളിലേക്ക് മാറ്റമായി. അവരുപോയി."

അവർ വീണ്ടും നിശ്ശബ്ദരായി.

അവർക്കുമുന്നിൽ അറ്റമില്ലാതെ പോക്കുവെയിൽ നീണ്ടു.

ഏഴ്

രാത്രി ഉറങ്ങാൻ കിടന്നപ്പോൾ ഉണ്ണിമായ അശോകൻചേട്ടൻ അച്ഛനമ്മമാരെക്കുറിച്ചു പറഞ്ഞതൊക്കെ വീണ്ടും ഓർത്തു. ശങ്കുമ്മാവൻ മേശപ്പുറത്തു വെള്ളം കൊണ്ടുവന്നു വയ്ക്കുമ്പോൾ ചോദിച്ചു:

"എന്താ അമ്മുക്കുട്ടിക്ക് ഒരു ആലോചന? നാളെ ഒപ്പിക്കണ്ട കുസൃതികൾ എന്തൊക്കെയാണെന്ന് നിരൂപിക്ക്യാവും അല്ലേ?"

ഉണ്ണിമായ മിണ്ടിയില്ല. കളർചോക്കുകൾ എല്ലാം നിലത്തുനിന്ന് ശങ്കുമ്മാവൻ പെറുക്കിവച്ചു. ഉണ്ണിമായയെ നോക്കി കണ്ണിറുക്കി ചിരിക്കുകയും ചെയ്തു. പക്ഷേ, ഉണ്ണിമായ ഒന്നും മിണ്ടിയില്ല.

"അമ്മുക്കുട്ടിക്ക് ദേഷ്യമാണ് അല്ലേ?" ശങ്കുമ്മാവൻ ചോദിച്ചു. ഉണ്ണിമായയ്ക്ക് ചിരി വന്നു.

ചെറിയ കുട്ടികൾ സങ്കടപ്പെടാറേയുള്ളൂ, ദേഷ്യപ്പെടാറില്ല. ചെറിയ കുട്ടികൾക്ക് ദേഷ്യപ്പെടാൻ എവിടെ സ്വാതന്ത്ര്യം? അത് വലിയവർക്കുള്ളതല്ലേ? ചെറിയ കുട്ടികൾക്കു ദേഷ്യപ്പെടാൻ അറിയുകപോലുമില്ല. കരയാൻ മാത്രമേ അറിയൂ. 'എന്താ അമ്മുക്കുട്ടിക്ക് ഒരു ചിരി' കഥകളി മുദ്ര കാണിച്ച് ശങ്കുമ്മാവൻ ചോദിച്ചു. ശങ്കുമ്മാവൻ തന്നെ ചിരിപ്പിക്കാൻ കിണഞ്ഞു ശ്രമിക്കുകയാണെന്ന് ഉണ്ണിമായയ്ക്കു മനസ്സിലായി. അവൾ ശങ്കുമ്മാവന്റെ കഴുത്തിലൂടെ കൈയിട്ട് നരച്ച താടിയിൽ ഒരുമ്മ കൊടുത്തു. ശങ്കുമ്മാവന് സമാധാനമായി. സമാധാനത്തോടെ ലൈറ്റു കെടുത്തി ഉണ്ണിമായയ്ക്ക് ഒരുമ്മ കൊടുത്ത് താഴത്തേക്ക് പോവുകയും ചെയ്തു. ശങ്കുമ്മാവൻ പോയപ്പോൾ ഉണ്ണിമായ എഴുന്നേറ്റ് ജനലരികിൽ പോയി ഏറെനേരം ആകാശത്ത് തിരഞ്ഞു. നക്ഷത്രങ്ങളിലാണോ മരിച്ചവർ പോയി താമസിക്കുന്നത്? ഏതിലാണ് അച്ഛനും അമ്മയും? എങ്ങനെ തിരിച്ചറിയും? അവർ തന്നെ കാണുന്നുണ്ടാവുമോ? ഈ ദൈവം ഇരിക്കു

ന്നത് ആകാശത്താണോ? കേണൽ മുത്തശ്ശനെപ്പോലെയാണോ ഈ ദൈവം എന്നു പറഞ്ഞാൽ? അവളുടെ മനസ്സ് ഉദാസീനമായി. ആരെങ്കിലും കൂട്ടുകൂടുവാൻ വന്നിരുന്നെങ്കിൽ!

ആരോ അവളുടെ മുടിയിലൂടെ വിരലോടിച്ചതുപോലെ ഉണ്ണിമായയ്ക്കുതോന്നി. തിരിഞ്ഞപ്പോൾ തൊട്ടടുത്ത് മയിൽപ്പീലി! ഇന്ദ്രനീല പ്രഭ ചിന്നുന്ന ഒരു ഓർമ്മപോലെ! അത് അവളുടെ കവിളിൽ മെല്ലെ തട്ടി... പിന്നെ ഇന്ദ്രജാലക്കാരനെപ്പോലെ അവളുടെ മുഖത്തും കൺപീലികളിലും ഉഴിഞ്ഞു. മാസ്മരശക്തിക്കു വിധേയയായവളെപ്പോലെ മയിൽപ്പീലിയുടെ പിന്നാലെ ഉണ്ണിമായ നടന്നുചെന്നു കട്ടിലിൽ കയറി അനുസരണയോടെ കിടന്നു. ഒരു ഉഴിയലിൽ ഞൊടിയിടയിൽ പുതപ്പുകൊണ്ട് ഉണ്ണിമായ പുതപ്പിക്കപ്പെട്ടു. മറ്റൊരു നിമിഷത്തിൽ മുറിയിലാകെ ഇന്ദ്രനീലപ്രഭ നിറഞ്ഞു. ചുവരിൽ വലിയൊരു ഉണ്ണിഗണപതിയുടെ ചിത്രം മയിൽപ്പീലി ഞൊടിയിടയിൽ വരച്ചു. ഉണ്ണിമായ സന്തോഷത്താൽ കൈകൊട്ടി ചിരിച്ചു. എന്താ ഗണപതിപ്പാപ്പടെ ഒരു ഭംഗി! ആ ഉണ്ണിക്കുടവയറും ഉണ്ണിക്കാലുകളും കുഞ്ഞുചിരിയും ആനച്ചെവികളും പരമ സാധുവിനെപ്പോലെയുള്ള നോട്ടവും, കൈയിലെ ഉണ്ണിയപ്പവും – ഹായ്! കേണൽ മുത്തശ്ശൻ മായ്ച്ചുകളഞ്ഞ ചിത്രത്തേക്കാൾ ഗംഭീരമായ ഒന്ന്.

നോക്കിയിരിക്കെ, നൃത്തത്തിന്റെ ചുവടുകളിലെന്നപോലെ മയിൽപ്പീലി ഉലഞ്ഞാടി. മധുരമധുരമായൊരു വേണുഗാനം അവിടെയാകെ നിറയുന്നതായി ഉണ്ണിമായ അറിഞ്ഞു. എന്തൊരു വേണുഗാനം! അവളുടെ മനസ്സിലെ അശാന്തമായ കുഞ്ഞുചുളിവുകളെയെല്ലാം നിവർത്തിയിട്ട, ഒതുക്കിയിട്ട, സാന്ത്വനിപ്പിച്ചു തഴുകിയ സ്നേഹഗാനം!

അതു കേട്ടുകേട്ട് അവളുടെ കുഞ്ഞുകൺപീലികൾ മെല്ലെ ചാഞ്ഞു. ഉണ്ണിമായയും അമ്പലപ്പറമ്പിലെ ആൽമരത്തിൽ കൂടുകൂട്ടിയ കുരുവിയും അതിന്റെ കുരുവിക്കുഞ്ഞും തൊഴുത്തിലെ കറമ്പിപ്പശുവും അവളുടെ പുള്ളിപ്പശുക്കുട്ടിയും അശോകന്റെ വീട്ടിലെ തള്ളപ്പൂച്ചയും അവളുടെ പാണ്ടിക്കുഞ്ഞുങ്ങളും സമസ്തലോകംതന്നെയും അവാച്യമായ ഒരു ആനന്ദനിദ്രയിലമർന്നു.

പിറ്റേദിവസം ഞായറാഴ്ചയായിരുന്നു. ഉച്ചയ്ക്ക് ആരുമില്ലാത്ത തക്കം നോക്കി ഉണ്ണിമായ ശങ്കുമ്മാവന്റെ മുറിയിലേക്കു ചെന്നു. ഉച്ചയൂണു കഴിഞ്ഞാൽ കേണൽമുത്തശ്ശന് ഒരു ഉച്ചമയക്കമുണ്ട്. സ്കൂളില്ലാത്ത ദിവസമാണെങ്കിൽ ഉണ്ണിമായ മിക്കവെറും വടക്കുവശത്തേക്കു ചെല്ലും. അവിടെ നാണിയമ്മ അരിചേറുകയോ നാണിയമ്മയും ജാനുവുംകൂടി ഉഴുന്നുപൊടിക്കുകയോ അരി ഇടിക്കുകയോ ഒക്കെ ചെയ്യുന്നുണ്ടാവും. ഉരലിൽ അരി ഇടിക്കുന്നതുകാണാൻ നല്ല രസമാണ്. വലിയ ഉലക്ക മാറി മാറി താളത്തിൽ വീഴുമ്പോൾ നാണിയമ്മയും ജാനുവും മാറിമാറി സ്... സ്.... സ്... എന്ന് ചുണ്ടിനിടയിലൂടെ ഒരു ശബ്ദമുണ്ടാക്കും. ഉണ്ണിമായയും താളത്തിൽ സ്... സ്... എന്നു പറഞ്ഞു രസിക്കും. ചിലപ്പോൾ അരിപ്പൊടിയും ശർക്കരയും നാളികേരവുംചേർത്ത് അരിയുണ്ടയുണ്ടാക്കും നാണിയമ്മ. അത്

ഉണ്ണിമായയ്ക്ക് വലിയ ഇഷ്ടമാണ്. തൊടിയിലേക്ക് ശങ്കുമ്മാവന്റെ കണ്ണു വെട്ടിച്ചു പോവാൻ കഴിഞ്ഞാൽ അവിടെ പണിക്കാർ പണിയുന്നുണ്ടാവും. ഇന്ന്, പക്ഷേ, അതിനൊന്നും തോന്നിയില്ല. ശങ്കുമ്മാവനെ കണ്ടിട്ട് ഒരു പ്രധാനകാര്യം നേടണം. അതാണ് ഉണ്ണിമായയുടെ വിചാരം മുഴുവൻ.

ശങ്കുമ്മാവന്റെ മുറിയിൽ ചെന്നപ്പോൾ ശങ്കുമ്മാവൻ ഒന്നു മുറുക്കാനുള്ള വട്ടം കൂട്ടുകയാണ്.

"മരുന്നു കുടിക്കാൻ പോവ്വാണോ ശങ്കുമ്മാവാ?" ഉണ്ണിമായ ലോഹ്യം പറഞ്ഞു.

"ഹെയ്, ഈ നേരത്തോ, അസ്സലായി!" ശങ്കുമ്മാവൻ അടയ്ക്ക വായിലിട്ട് ചിരിച്ചു... "എന്താ ലേശം മരുന്നു കുടിക്കണംന്ന് തോന്ന്ണ്ണ്ടോ?" ശങ്കുമ്മാവൻ ചോദിച്ചു. "വികൃതിയൊന്നും ഒപ്പിക്കാണ്ടെ ഇരുന്നോളൂ. അടികിട്ടണേന് അമ്മുക്കുട്ടിക്ക് വിരോധെല്യങ്കിലും ശങ്കുമ്മാവന് കണ്ടുനില്ക്കാൻ വഷമംണ്ടേയ്!"

ഉണ്ണിമായയ്ക്ക് അത് നന്നേ രസിച്ചു. അവൾ ചിരിച്ചുകൊണ്ട് അവളുടെ കൈയിലേക്കു നോക്കി. അടികൊണ്ട പാടൊക്കെ എപ്പഴേ മാഞ്ഞു പോയിരുന്നു. എന്നാലും അവൾ കുപ്പായത്തിൽ കൈ രണ്ടും അമർത്തി ത്തുടച്ചു.

ശങ്കുമ്മാവൻ മറ്റൊരു വെറ്റിലയിൽ ചുണ്ണാമ്പുതേച്ചുകൊണ്ട് അന്വേഷിച്ചു:

"എന്താ അമ്മുക്കുട്ടിക്ക് ഒരു ആലോചന. അതു നല്ല ലക്ഷണമായിട്ട് ശങ്കുമ്മാവന് തോന്നുണില്യല്ലോ."

"ശങ്കുമ്മാവാ, എന്റച്ഛന്റേം അമ്മടേം ഫോട്ടോ ഉണ്ടോ ശങ്കുമ്മാവന്റെ അടുത്ത്?"

ഓർക്കാപ്പുറത്തായിരുന്നു ആ ചോദ്യം. ശങ്കുമ്മാവൻ ഒന്നു പതറി. ആകാംക്ഷയോടെ മറുപടിക്കായി കാക്കുന്ന ഉണ്ണിമായയുടെ കണ്ണുകളിൽ നോക്കാതെ ശങ്കുമ്മാവൻ പറഞ്ഞൊപ്പിച്ചു:

"നാണിയമ്മയുടെ കൈയിൽ പുകലക്കഷ്ണം ഉണ്ടോന്നു ചോദിച്ചിട്ടു വരൂ. ഒറ്റഓട്ടത്തിനുപോയ് വരണം. കാണട്ടെ മിടുക്ക്."

ഉണ്ണിമായ അനങ്ങിയില്ല. മിണ്ടിയതുമില്ല.

കാണെക്കാണെ ശങ്കുമ്മാവന്റെ കണ്ണുനിറഞ്ഞു. "എന്തിനാ അമ്മുക്കുട്ടിക്ക് ഇപ്പോ ഫോട്ടോ?" പതറുന്ന ഒച്ചയിൽ ശങ്കുമ്മാവൻ ചോദിച്ചു.

ഉത്തരം സരളമായിരുന്നു:

"ഇനിക്കു കാണണം."

ശങ്കുമ്മാവൻ നിശ്ശബ്ദനായി.

"ശങ്കുമ്മാവന്റേൽ എന്റച്ഛൻ വരച്ച ചിത്രങ്ങളുണ്ടെന്ന് അശോകൻ ചേട്ടൻ പറഞ്ഞൂലോ."

"അവനെക്കൊണ്ടു തോറ്റു." എന്നു പിറുപിറുത്ത് ശങ്കുമ്മാവൻ മുറുക്കാൻ വായിലിട്ടു. ഇനി എന്തു വഴി എന്നാലോചിക്കാൻ തുടങ്ങി.

ഉണ്ണിമായ ചോദിച്ചു: "ശങ്കുമ്മാവൻ ഇനി എന്താ നുണ പറയേണ്ടത്

എന്ന് ആലോചിക്യാണോ?"

അവളുടെ ക്ഷമാപൂർവ്വമുള്ള ചോദ്യം ശങ്കുമ്മാവനെ പിടിച്ചു കുലുക്കി. ആരോടൊക്കെയോ ഉള്ള ദേഷ്യത്തിൽ ശങ്കുമ്മാവൻ പഴയ ഒരു തുകൽപ്പെട്ടി തുറന്നു.

ഉണ്ണിമായ വീർപ്പടക്കി നോക്കിനില്ക്കെ ഒരുതുണിയിൽ പൊതിഞ്ഞ കുറെ ചിത്രങ്ങൾ വിലപ്പെട്ട ഒരു സമ്പാദ്യമെന്നപോലെ പുറത്തെടുത്ത് ഉണ്ണിമായയ്ക്കു നീട്ടി.

ഓരോന്നായി ഉണ്ണിമായ നോക്കി.

അതിലൊന്നു സുന്ദരിയായ ഒരു സ്ത്രീയുടേതായിരുന്നു.

"അതാണ് അമ്മുക്കുട്ടിയുടെ അമ്മ, മീനാക്ഷി." ശങ്കുമ്മാവൻ ശബ്ദം താഴ്ത്തി പറഞ്ഞു.

മീനാക്ഷി! ഉണ്ണിമായ ചിത്രത്തിലേക്കു നോക്കി മെല്ലെ പറഞ്ഞു. നോക്കി നോക്കിനില്ക്കവെ ആ മുഖം അവൾക്ക് വളരെ പരിചയമുള്ളതു പോലെ തോന്നാൻ തുടങ്ങി. സ്വപ്നത്തിലെവിടെയോ കണ്ടിട്ടുണ്ട് എന്ന വൾക്ക് തീർച്ചയായി. ആകാശത്തുള്ള തന്റെ അമ്മ! സുന്ദരിയായ അമ്മ. പുഴുപ്പല്ലി രാധയ്ക്കും നബീസുവിനും മാത്രമല്ല തനിക്കും ഉണ്ട് ഒരമ്മ!

ഉണ്ണിമായ ചോദിച്ചു: "ശങ്കുമ്മാവാ, ഞാനീ ചിത്രത്തിന് ഒരുമ്മ കൊടുത്തോട്ടെ?" ശങ്കുമ്മാവൻ ഉണ്ണിമായയെ ചേർത്തുപിടിച്ചു പറഞ്ഞു.

"അമ്മുക്കുട്ടി അതു മുറിയിലേക്കു കൊണ്ടുപൊയ്ക്കോളൂ." പിന്നെ പെട്ടിക്കടിയിൽനിന്ന് ഒരു പഴയ ചില്ലിട്ട വിവാഹഫോട്ടോ കാണിച്ച് ശങ്കുമ്മാവൻ പറഞ്ഞു. "ഇതാണ് മോൾടെ അച്ഛൻ – മാധവൻകുട്ടി."

അച്ഛന്റെ സൗമ്യമായ കണ്ണുകൾ ഫോട്ടോയിൽനിന്ന് തന്നെ നോക്കി ചിരിക്കുന്നതായി ഉണ്ണിമായയ്ക്കു തോന്നി. അച്ഛൻ വരച്ച അതേപോലെ അമ്മ. അമ്മയുടെ ചിരിക്ക് എന്തു ഭംഗി!

"രണ്ടാളും എന്നോട് ചിരിക്യാണ് അല്ലെ ശങ്കുമ്മാവാ?" ഉണ്ണിമായയും അവരെനോക്കി ചിരിച്ചു.

"ആ ഫോട്ടോ ചില്ലിട്ടതല്ലേ, ശങ്കുമ്മാവൻ സൂക്ഷിച്ചോളാം. അമ്മുക്കുട്ടീടെ കൈയീന്നു വീണു പൊട്ടിയാലോ." ശങ്കുമ്മാവൻ അതു മേടിച്ചു പെട്ടിയിൽവച്ചു പൂട്ടി.

ഉണ്ണിമായ അച്ഛൻ വരച്ച അമ്മയുടെ ചിത്രം നെഞ്ചോടു ചേർത്തു പിടിച്ചു.

"അമ്മുക്കുട്ടി അത് മുറിയിലേക്കു കൊണ്ടുപൊയ്ക്കോളൂ. തലയിണടെ അടിയിൽ വെച്ചോളൂ; മുത്തശ്ശൻ കാണണ്ട, ട്ടൊ." ശങ്കുമ്മാവൻ പറഞ്ഞു.

"അപ്പൊ അമ്മ രാത്രി എന്നെ കാണാൻ വര്വോ?" ഉണ്ണിമായ പ്രതീക്ഷയോടെ ചോദിച്ചു.

"വരും... വരും.." ശങ്കുമ്മാവൻ ഉറപ്പു കൊടുത്തു. ഉണ്ണിമായ കാണാതെ തോർത്തുകൊണ്ട് കണ്ണു തുക്കുകയും ചെയ്തു.

"ശങ്കുമ്മാവാ, എനിക്ക് ഇനി രാജാവിന്റേം റാണിടേം കഥ വേണ്ട,

അച്ഛന്റേം അമ്മടേം കഥ പറഞ്ഞുതരോ?" ഉണ്ണിമായ ചോദിച്ചു.

"പറഞ്ഞു തരാം, അമ്മു ഇത്തിരികൂടി വലുതാകട്ടെ. എന്നിട്ടു പറയാം, ആ കഥകളൊക്കെ."

"പോര. ഇപ്പത്തന്നെ വേണം." ഉണ്ണിമായ ശാഠ്യം പിടിച്ചു.

"രണ്ടീസം കഴിഞ്ഞാ മുത്തശ്ശൻ ഊട്ടിക്കു പൂവും. പിന്നെ രണ്ടു മൂന്നു ദിവസം കഴിഞ്ഞേ വരൂ. അപ്പൊ പറഞ്ഞുതരാം."

"ഊട്ടി എവിട്യാ?" ഉണ്ണിമായയുടെ ശ്രദ്ധ അതിലേക്കു തിരിഞ്ഞു.

"അതു കുറെ അങ്ങ്ട് പോണം."

"മുത്തശ്ശൻ പോയാ നമ്മൾ കടത്തുകടന്നു ടൗണിൽ പൂവ്വോ?"

"പൂവാം."

"എന്നെ മയിലാടുംകുന്നിലും കൊണ്ടുപൂവ്വോ?"

"കൊണ്ടുവാലോ."

"ഞാൻ അച്ഛന്റേം അമ്മടേം ഫോട്ടോ ഒന്നുകൂടി നോക്കിക്കോട്ടെ ശങ്കുമ്മാവാ."

ശങ്കുമ്മാവൻ പെട്ടി തുറന്ന് അടിയിൽനിന്ന് അതെടുത്ത് കൈയിൽ കൊടുത്തു. കുറച്ചുനേരം അത് നോക്കിനിന്നശേഷം തിരിച്ചുകൊടുത്ത് ഒരക്ഷരം മിണ്ടാതെ അമ്മയുടെ ചിത്രവും നെഞ്ചോടടുക്കി അവൾ മുറിയിൽനിന്നുപോയി.

അന്നുരാത്രി അവളുടെ ഡയറിയിൽ അവൾ ഇങ്ങനെ എഴുതി, ഒരു ചിത്രവും വരച്ചു.

ഉണ്ണിമായ വലുതായിട്ട്
അശോകൻ ചെറുക്കനെ കല്യാണം കഴിക്കും.
10–20 കുട്ടികൾ ഉണ്ടാവും.
അവരുടെ ഒപ്പം റിങ്കാ റിങ്കാ റോസസ് കളിക്കും.

എട്ട്

കേണൽ മുത്തശ്ശൻ ഊട്ടിയിലേക്ക് യാത്ര തിരിക്കുംമുമ്പ് ശങ്കുമ്മാവനെയും നാണിയമ്മയെയും മറ്റു പുറംപണിക്കാരെയും വിളിച്ചു കർശനമായി ചില കാര്യങ്ങൾ പറഞ്ഞു. പോയിട്ട് എത്രദിവസം കഴിഞ്ഞാണ് വരികയെന്നു പറയാൻ പറ്റില്ല. സ്ഥലത്ത് ആളില്ല എന്നുവെച്ചിട്ട് എന്തും കാണിക്കാമെന്ന് ആരും വിചാരിക്കണ്ട. എല്ലാവരും അവരവരുടെ ജോലി വൃത്തിയായി ചെയ്യണം. പുറംപണിക്കാരോട് കൊട്ടിലും കല്ലുപാകിയ മുറ്റവും അടിച്ചുവൃത്തിയാക്കാൻ ഏല്പിച്ചു. കൊയ്തു കറ്റ കൊണ്ടുവന്നു കൂട്ടണമല്ലോ.

അതുകേട്ടപ്പോൾ ഉണ്ണിമായയ്ക്കു സങ്കടമായി. പാടം കാറ്റത്ത് ചായുന്നതു കാണാനാണ് അവൾക്കിഷ്ടം. കൊയ്തു കഴിഞ്ഞാൽ മൊട്ടമൊയ്തീന്റെ തലപോലെയാവും പാടങ്ങളും. നെൽപ്പാടം കതിരിട്ടു നിന്നോട്ടെ, പക്ഷികൾ വന്ന് കൊത്തിത്തിന്നോട്ടെ, എന്തു ചന്തമാണ് അതു കാണാൻ എന്നു പറഞ്ഞപ്പോൾ ശങ്കുമ്മാവൻ 'നല്ല കഥയായി!' എന്നു പറഞ്ഞ് ചിരിക്കുകയാണ് ചെയ്തത്. അപ്പുറത്തെ അമ്മൂമ്മയോട് കേണൽ മുത്തശ്ശനോട് ഒന്നു പറയൂ എന്നു പറഞ്ഞപ്പോൾ അമ്മൂമ്മ സകൗതുകം പല്ലില്ലാത്ത വായ കാട്ടി ചിരിച്ചു. എന്നിട്ട് ഉണ്ണിമായയെ തന്റെ ശുഷ്കിച്ച നെഞ്ചിൽ ചേർത്തു പുണരുകയും ചെയ്തു.

"മുത്തശ്ശൻ കൊയ്യാൻ പറഞ്ഞാൽ കൊയ്യുകതന്നെ വേണമല്ലോ ഉണ്ണിമായക്കുട്ടീ." എന്നു ചക്കൻ മുളയൻ നിസ്സഹായനായി പറഞ്ഞു. "കൊയ്യണ്ട. കൊയ്യണ്ട." എന്ന് ഉണ്ണിമായ വാശിപിടിച്ചു.

അതെ കൊയ്യണ്ട, കൊയ്യണ്ട എന്നു പക്ഷികളും ചിലച്ചു.

ആരു കേൾക്കാൻ!

കേണലിന്റെ വീട് പൊടുന്നനെ സജീവമായി. കറ്റ കൊണ്ടുവരലും

മെതിക്കലും കാണാനെന്നും പറഞ്ഞ് ഉണ്ണിമായ സ്കൂളിൽ പോവാൻ കൂട്ടാക്കിയില്ല. ഏതായാലും മുത്തശ്ശനില്ലല്ലോ, എന്നാൽ പോവണ്ട എന്ന് ശങ്കുമ്മാവനും പറഞ്ഞു. അരിവാൾ തേച്ചുമിനുക്കാൻ അതിലേവന്ന ജാനു ശങ്കുമ്മാവനോടു പറഞ്ഞു:

"കുട്ടീടെ കണ്ണും മൊഖോം വല്ലാണ്ടിരിക്ക്ണ്ണ്ടല്ലോ. പനിക്കോള് കാണാനുണ്ട്." ശങ്കുമ്മാവൻ തൊട്ടുനോക്കീട്ട് പറഞ്ഞു.

"ചെറിയ ഒരു ചൂടുണ്ടോന്നു സംശയം. സാരല്യ നല്ല കാച്ചിയ മോരും പപ്പടോം കൂട്ടി ഉച്ചയ്ക്ക് ഉണ്ണാം, ന്താ? പനി പമ്പകടക്കും."

ഉണ്ണിമായയ്ക്ക് കാച്ചിയ മോരും ചുട്ടപപ്പടവുംകൂട്ടി ഉണ്ണാൻ വലിയ ഇഷ്ടമാണ്. പക്ഷേ, മുത്തശ്ശന് കാച്ചിയ മോരൊന്നും ഇഷ്ടമല്ല. മീൻ നിർബ്ബന്ധമാണുതാനും. ഉണ്ണിമായയും വളരുന്ന കുട്ടിയായതുകൊണ്ട് മീൻ കൂട്ടണമെന്ന് മുത്തശ്ശൻ കർശനമായി പറഞ്ഞിട്ടുണ്ട്.

"എന്നാലും വെയിലത്തൊന്നും പോണ്ട, കിട്ടോ." എന്നും പറഞ്ഞ് ശങ്കുമ്മാവൻ കൊയ്യുന്നിടത്തേക്കുപോയി.

ഉണ്ണിമായ കുഞ്ചു ആശാരി തന്ന മരപ്പാവയ്ക്ക് ചുവന്ന ചോക്കുകൊണ്ട് കണ്ണെഴുതിക്കുകയും പച്ച ചോക്കുകൊണ്ട് അതിന് കണ്ണുതട്ടാതിരിക്കാൻ കവിളത്തൊരു കുത്തിടുകയും ചെയ്തു. പിന്നെ ഉമ്മറത്ത് നിലത്ത് കടത്തുതോണിയെയും രാവുണ്ണിനായരെയും വരച്ചു. അതിനപ്പുറത്ത് മയിലാടും കുന്ന്, പിന്നെ ഒരു മയിൽപ്പീലിയും. അത്രയും കഴിഞ്ഞപ്പോഴേക്കും നേരം കുറേ പോയി. ഉണ്ണിമായയ്ക്ക് വിശക്കാനും ബോറടിക്കാനും തുടങ്ങി. പിൻവശത്തേക്കുചെന്നപ്പോ നാണിയമ്മ തൊഴുത്തിൽ ചാണകം വാരുന്നതുകണ്ടു. കറമ്പിപ്പശുവിനെ പുറത്തെ പേരക്കാമരത്തിൽ കെട്ടിയിട്ടിരിക്കുന്നു. കറമ്പി കിടന്ന് അയവിറക്കുകയായിരുന്നു. ശാന്തമായ കണ്ണുകളോടെ അവൾ ഉണ്ണിമായ അടുത്തേക്കു ചെല്ലുന്നതു നോക്കി. കറമ്പി അയവിറക്കുന്നത് ഏറെനേരം നോക്കിനിന്ന് ഉണ്ണിമായ ചോദിച്ചു.

"എന്താ നാണ്യേമ്മേ കറമ്പി ചെയ്യണത്?"

"അത് അയവിറക്കി കിടക്ക്വല്ലേ അമ്മൂ." നാണിയമ്മ ചാണകം വാരുന്നതിനിടയിൽ പറഞ്ഞു.

"എന്നു പറഞ്ഞാലെന്താ?"

"പശു ഓരോന്ന് ങ്ങനെ ഓർത്തെടുക്ക്വാ. ഓരോ ഓർമ്മയും സൂക്ഷ്മമായിട്ട് പരിശോധിക്ക്യാ."

"പശു എന്താ ആലോചിക്കണത്?"

നാണിയമ്മ ചിരിച്ചു. "അതു പശൂനോടെന്നെ ചോദിക്കേണ്ടിവരും അമ്മോ. നാണിയമ്മയ്ക്ക് നിശ്ശല്യ."

ഈ പശു തന്റെ അമ്മയെ കണ്ടിട്ടുണ്ടാവുമോ? ഉണ്ണിമായ ഓർത്തു. നാണിയമ്മയോടു ചോദിച്ചിട്ടു കാര്യമില്ല. അപ്പോഴാണ് ശങ്കുമ്മാവൻ അച്ഛന്റെയും അമ്മടെയും കഥ പറഞ്ഞുതരാമെന്നു പറഞ്ഞത് ഓർമ്മ വന്നത്. ഉണ്ണിമായ പാവക്കുട്ടിയെയും എടുത്തു മുറ്റത്തേക്കിറങ്ങി.

"പനിക്കോളുണ്ട് ഉണ്ണിമായക്കുട്ടീ, വെയിലത്തു നടക്കണ്ടാ. ങ്ട് പോന്നോളൂ." ജാനു വിളിച്ചുപറഞ്ഞു.

"ശങ്കുമ്മാവനെ കണ്ടോ?" ഉണ്ണിമായ ചോദിച്ചു.

"എന്തിനാപ്പൊ ശങ്കുമ്മാവൻ, ഞങ്ങളൊക്കെ ഇല്ല്യേ?" പാറു വിളിച്ചു ചോദിച്ചു. "ഇവിടെ മാവിന്റെ ചോട്ടില് ഇരുന്നോളൂ. വെയിലടിക്ക്ല്യ."

ഉണ്ണിമായ അങ്ങോട്ടു ചെന്നു.

ചീതയും കാർത്ത്യായനിയും മുറ്റമടിച്ചു വൃത്തിയാക്കുകയാണ്. ജാനു ചവർ കുരുവട്ടിയിൽ വാരിക്കൊണ്ടു പോകുന്നു. കൊയ്ത്തിനിറങ്ങാൻ വൈകുന്നതിന് രാമകൃഷ്ണൻ ശകാരിക്കുന്നുണ്ട്. കണ്ടത്തിലേക്കു പോയവർ കൂക്കിയതിന് രാമകൃഷ്ണൻ മറുകൂക്കു കൂക്കിയത് ഉണ്ണിമായയെ രസിപ്പിച്ചു.

അപ്പോഴാണ് പാലൻ കുറച്ചു വട്ടിയും മുറങ്ങളുമായി വന്നത്. കൂട്ടത്തിൽ ഉണ്ണിമായയ്ക്കായി ചെറിയ ഒരു മുറം കൊണ്ടുവന്നിരുന്നു. ജാനു അതിൽ കുറച്ച് നെല്ലിട്ട് ചേറാൻ പഠിപ്പിച്ചുകൊടുത്തു. രാമകൃഷ്ണന്റെ ശകാരം ഉച്ചത്തിലായി. എല്ലാ പെണ്ണുങ്ങളും പാടത്തേക്കു പോയി. ഇനി എന്താ ചെയ്യേണ്ടത് എന്നാലോചിക്കുമ്പോഴാണ് ശങ്കുമ്മാവൻ വിയർത്തു കുളിച്ചു കയറിവന്നത്. വന്നപാടെ മാഞ്ചുവട്ടിൽ ഇരുന്ന് രണ്ടാംമുണ്ടെടുത്ത് വീശാൻ തുടങ്ങി.

"ശങ്കുമ്മാവാ, അച്ഛന്റേം അമ്മടേം കഥ പറയാംന്നു പറഞ്ഞില്ല്യോ, മുത്തശ്ശൻ പോയാല്?" ഉണ്ണിമായ ചോദിച്ചു.

"പറയാം അമ്മുക്കുട്ടി, വിയർപ്പൊന്നാറ്റിക്കോട്ടെ. നാണിയമ്മേ, ത്തിരി സംഭാരം വരട്ടെ." ശങ്കുമ്മാവൻ വിളിച്ചു പറഞ്ഞു.

നാണിയമ്മ സംഭാരം കൊണ്ടുവന്നപ്പോൾ കൂടെ ഒരു പഴയ സാരിയും കൊണ്ടുവന്നു.

"ഇതെന്തിനാപ്പോ?" ശങ്കുമ്മാവൻ നീരസത്തോടെ ചോദിച്ചു.

"അതൊരു സൂത്രണ്ട്." നാണിയമ്മ സംഭാരം ശങ്കുമ്മാവനു കൊടുത്ത് സാരി മാവിൻകൊമ്പിൽകെട്ടി ഒരു തൊട്ടിലുണ്ടാക്കി. ഉണ്ണിമായയുടെ പാവക്കുട്ടിയെ അതിൽ കിടത്തി.

ഉണ്ണിമായ സന്തോഷംകൊണ്ടു തുള്ളിച്ചാടി.

"ബെറുതെ തൊട്ടിലാട്ടിയാ പോരാ. താരാട്ടും പാടണം ഇങ്ങനെ–

ഓമനത്തിങ്കൾക്കിടാവോ നല്ല
കോമളത്താമരപ്പൂവോ...."

നാണിയമ്മ വലിച്ചുനീട്ടി പാടുന്നതുകേട്ട് ശങ്കരൻനായർ ചെവിപൊത്തി.

"മിണ്ടാണ്ടെ കടന്നു പൂവ്ണ്ടൊ തള്ളെ, പാടുന്നതു കേട്ടാൽ മനുഷ്യർക്കു ഹാർട്ടറ്റാക്കു വരും."

നാണിയമ്മ ദേഷ്യപ്പെട്ടു തലവെട്ടിച്ചു പോയി.

ഉണ്ണിമായ തൊട്ടിലാട്ടിക്കൊണ്ട് ചോദിച്ചു:

"എന്റമ്മ ഇങ്ങനെ എന്നെ ഉറക്കീട്ടുണ്ടാവ്വോ ശങ്കുമ്മാവാ?"

ശങ്കുമ്മാവന് ദേഷ്യം വന്നു.

"എപ്പൊ നോക്ക്യാലും ഈ ഒരു വിചാരേ ള്ളൂ? മുത്തശ്ശൻ ങ്ട് വരട്ടെ, ഞാൻ പറഞ്ഞുകൊടുക്കാം."

ഉണ്ണിമായ പൊട്ടിക്കരഞ്ഞുകൊണ്ട് പാവക്കുട്ടിയെയും എടുത്തുകൊണ്ടോടി. ശങ്കുമ്മാവൻ വല്ലാതെയായി. അത്ര വിചാരിച്ചില്ല. എഴുന്നേറ്റു പിന്നാലെ ചെന്നപ്പോൾ ഉണ്ണിമായ കട്ടിലിൽ കമിഴ്ന്നുകിടന്ന് ഏങ്ങലടിക്കുകയാണ്. ശങ്കുമ്മാവൻ ചെന്ന് ഉണ്ണിമായയെ പിടിച്ചെഴുന്നേല്പിച്ചു. പക്ഷേ, ഒരക്ഷരവും പറയാതെ അവൾ ശങ്കുമ്മാവനെ കെട്ടിപ്പിടിച്ച് ഏങ്ങലടിച്ചു കരയുകയാണ് ചെയ്തത്. ശങ്കുമ്മാവൻ ഏറെനേരം ഉണ്ണിമായയോടൊപ്പം നിശ്ശബ്ദനായി അവളെ ചേർത്തുപിടിച്ച് അങ്ങനെ ഇരുന്നു.

പിന്നെ മെല്ലെ പറഞ്ഞു.

"അച്ഛന്റേം അമ്മടേം കഥ കേൾക്കണ്ടെ അമ്മുക്കുട്ടിക്ക്?"

ഉണ്ണിമായ ഒന്നും മിണ്ടിയില്ല.

"പറഞ്ഞുതരാം ട്ടൊ. ഒരുദിവസം ശങ്കുമ്മാവൻ പറഞ്ഞുതരാം. പറയാൻ കുറെ ഉണ്ട്." ഏതോ ഓർമ്മയിൽ ശങ്കുമ്മാവന്റെ കണ്ണുകൾ തിളങ്ങി.

"അമ്മുക്കുട്ടിക്ക് കുറേശ്ശെ പനിയുണ്ട്. ഇപ്പോത്തന്നെ ജാസ്തി വെയിലുകൊണ്ടു. ഇന്നിനി മിറ്റത്ത് എറങ്ങരുത്. ഇപ്പൊ ശങ്കുമ്മാവന്റെ ഒപ്പം വന്നാൽ പപ്പടം ചുട്ട് കാച്ചിയ മോരും കൂട്ടി ഊണു കഴിക്കാം."

"എന്നെ തോളത്തിരുത്തി കൊണ്ടുപൂവ്വോ, താഴത്തേക്ക്?" ഉണ്ണിമായ ചോദിച്ചു.

ശങ്കുമ്മാവൻ പണിപ്പെട്ടാണെങ്കിലും അവളെ തോളത്തിരുത്തി താഴേക്കു കൊണ്ടുപോയി. കാച്ചിയ മോരും ചുട്ടപപ്പടവും കൂടാതെ നാണിയമ്മ നാളികേരം ചുട്ടരച്ച് ഒരു ചമ്മന്തിയും തയ്യാറാക്കിയിരുന്നു.

ഊണു കഴിഞ്ഞ് ശങ്കുമ്മാവൻ കൊയ്യുന്നിടത്തേക്കു പോയി. ഉണ്ണിമായ അവളുടെ മുറിയിൽ പോയി കിടന്നു. ഉച്ചനേരത്തെ നിശ്ശബ്ദത. ഇടയ്ക്ക് ജനലിലൂടെ വന്ന് വാതിൽവഴി കടന്നുപോകുന്ന കാറ്റ്. ഉണ്ണിമായ തലയണക്കീഴിൽനിന്ന് അമ്മയുടെ ചിത്രം എടുത്തു. അതു നോക്കി നോക്കിക്കിടന്ന് ഉണ്ണിമായ എപ്പോഴോ ഉറങ്ങിപ്പോയി.

ഒൻപത്

പിറ്റേദിവസം ഉച്ചവരെ കൊയ്ത്തും ഉച്ചയ്ക്കുശേഷം മെതിയും എന്നാണ് രാമകൃഷ്ണൻ പറഞ്ഞത്. രണ്ടും ഒന്നിനൊന്നു രസമാണ്. മെതി കഴിഞ്ഞ് പൊലി അളക്കുമ്പോഴേക്കും സന്ധ്യമയങ്ങും. മുറ്റത്ത് അപ്പോൾ ശങ്കുമ്മാവൻ രണ്ടു പെട്രോമാക്സ് കത്തിച്ചുവെക്കും. മുറ്റത്തിന്റെ എല്ലാ വശത്തേക്കും നല്ല ലൈറ്റ് കിട്ടാൻ. പറയിൽ അളന്നു കൊട്ടി രാമകൃഷ്ണൻ ഈണത്തിൽ പറയും. 'പൊലി ഒന്നേയ്... പൊലി രണ്ടേയ്.. ഇടങ്ങഴിയിലാണ് കൂലി അളക്കുക. കൂലി മേടിക്കാൻ പണിക്കാർ തോർത്തുമുണ്ട് കല്ലുമുറ്റത്ത് വിരിക്കും. പൊടിയും ചെളിയും പറ്റിയ തോർത്തുമുണ്ടിലേക്ക് അളന്നിടുന്ന കൂലി ഒരു നെന്മണിപോലും കളയാതെ അവർ കിഴികെട്ടും. ഉണ്ണിമായയ്ക്ക് ഇത് ഓരോന്നും കാണാൻ വലിയ ഇഷ്ടമാണ്. അതുകൊണ്ട് സ്കൂളിലേക്ക് കൊണ്ടുപോവാൻ അശോകൻ വന്നപ്പോൾ ഉണ്ണിമായ പറഞ്ഞു:

"ഞാനില്ല അശോകൻ ചെറുക്കാ. എനിക്ക് സ്കൂൾ ഇഷ്ടല്ല.."

"തെയ്യം ടീച്ചർ ചോദിച്ചാലെന്തു പറയും?"

ഉണ്ണിമായ തെല്ലുനേരം ആലോചിച്ചു. എന്നിട്ട് ശങ്കുമ്മാവനെ അനുകരിച്ചു പറഞ്ഞു:

"എനിക്ക് കൊയ്ത്തു കഴിയുന്നതുവരെ തിരക്കാണ്."

അശോകൻ ഹോ... ഹോ... ഹോ... എന്ന് വയർ അമർത്തിപ്പിടിച്ച് ചിരിയായി. ചിരിച്ചു ചിരിച്ച് അവന്റെ കണ്ണിൽനിന്നു വെള്ളം വന്നു. ചിരി കേട്ടു വന്ന ശങ്കുമ്മാവൻ അവനോടു പറഞ്ഞു:

"നീ ചെല്ല് അശോകാ. ഉണ്ണിമായയ്ക്ക് ലേശം പനിയുണ്ടായിരുന്നു ഇന്നലെ. ഇന്നു സ്കൂളിലേക്കു വിട്ണില്യ."

അശോകൻ സ്കൂളിലേക്കു പോയി. ഉണ്ണിമായ പണിക്കാരുടെ അടുത്തേക്കും.

ഉച്ചവരെ മുറ്റത്തെ മാവിൽ കെട്ടിയ തൊട്ടിലിൽ പാവക്കുട്ടിയെ ഇട്ടു തൊട്ടിലാട്ടുകയും മണ്ണപ്പമുണ്ടാക്കുകയും അരിയും ചോറും വച്ചു കളിക്കുകയും പാവക്കുട്ടിക്ക് പാൽ കൊടുക്കുകയും ചെയ്തു. വടക്കുവശത്തു ചെന്ന് അരി അരിച്ച് അടുപ്പത്തിടുകയായിരുന്ന നാണിയമ്മയെ ഇംഗ്ലീഷ് അക്ഷരം പഠിപ്പിക്കാൻ നോക്കി. നാണിയമ്മ പറഞ്ഞു.

"കാശ് ചെലവാക്കീട്ടല്ലെങ്കിലും നാണിയമ്മയും ഏതാണ്ട് ഇംഗരിയസ്സൊക്കെ പഠിച്ചിട്ടുണ്ടേയ്..!"

"എന്നാ ഇംഗ്ലീഷ് പറയൂ, നാണിയമ്മേ.." ഉണ്ണിമായ പറഞ്ഞു.

"rat റാറ്റ് = എലി"

"cat – കാറ്റ് = പൂച്ച എന്താ മതിയോ?"

ഉണ്ണിമായ വാ പൊളിച്ചു നിന്നുപോയി. അവളുടെ തെയ്യം ടീച്ചർക്കു പോലും ഇങ്ങനെ കാണാപ്പാഠം ഒന്നും അറിയുമായിരുന്നില്ല, ഇംഗ്ലീഷ്.

"എന്റെ മുതുമുത്തച്ഛൻ ഒരു സായ്പായിരുന്നു. ഇംഗ്ലീഷ് എനിക്കു പാരമ്പര്യായിട്ട് കിട്ടീതാ. ഞങ്ങളുടെ വീട്ടില് എല്ലാരും പറയും ഇത്തിരി ഇംഗ്ലീഷൊക്കെ." നാണിയമ്മ പറഞ്ഞു.

ഉണ്ണിമായ പാടത്തേക്ക് ഓടി, ശങ്കുമ്മാവനോട് വിവരം പറയാൻ. പാടത്ത് ഓടിക്കിതച്ചെത്തിയപ്പോൾ ശങ്കുമ്മാവൻ പരിഭ്രമിച്ചു. വെയിൽ കൊള്ളാതിരിക്കാൻ പാടത്തു കുടയും പിടിച്ചു നില്ക്കുകയായിരുന്നു ശങ്കുമ്മാവൻ. പരിഭ്രമിച്ചു തിരിഞ്ഞപ്പോൾ കുട കണ്ടത്തിൽ വീണുപോയി. ശങ്കുമ്മാവൻ അതെടുക്കാൻ നില്ക്കാതെ ഉണ്ണിമായയെ വാരിയെടുത്തു ചോദിച്ചു.

"എന്തോ, അമ്മുക്കുട്ടി, എന്തിനേ വെയിലത്തു വന്നത്?"

"നാണിയമ്മ ഇംഗ്ലീഷ് പറയും!" ഉണ്ണിമായ അറിയിച്ചു.

"മംഗ്ലീഷായിരിക്കും!" ശങ്കുമ്മാവൻ പരിഹസിച്ചു. പാടത്തു കൊയ്യുന്ന പണിക്കാർ ചിരിച്ചു.

"നാണിയമ്മടെ മുത്തശ്ശൻ സായ്പാത്രെ." ഉണ്ണിമായ തറപ്പിച്ചു പറഞ്ഞു.

"ആയിരിക്കും, കാക്കസായ്പായിരിക്കും!" ശങ്കുമ്മാവൻ കുമ്പ കുലുക്കി ചിരിച്ചുകൊണ്ടു പറഞ്ഞു.

പണിക്കാർ ഒന്നടങ്കം പൊട്ടിച്ചിരിച്ചു. നെൽക്കതിരുകൾ മോഷ്ടിക്കാനെത്തിയ കിളികളും കൊയ്ത്തു കഴിഞ്ഞ പാടത്തിറങ്ങിയ താറാക്കൂട്ടങ്ങളും നെൽക്കതിരുകളും കടന്നുപോകുന്ന കാറ്റും ചിരിച്ചു.

എന്തെന്നില്ലാത്ത ഒരു സന്തോഷം തോന്നി ഉണ്ണിമായയ്ക്ക്. അവൾ ശങ്കുമ്മാവന്റെ തോളിൽ തല ചായ്ച്ച് അങ്ങനെ കിടന്നു. കൊയ്യുന്നതിനിടയ്ക്ക് ജാനു അവളെനോക്കി ചിരിച്ചു.

അപ്പോഴാണ് കല്ലും ചരലും തട്ടിത്തെറിപ്പിച്ചുകൊണ്ട് വാക്കിങ് സ്റ്റിക്കിന്റെ ശബ്ദം എല്ലാവരും കേട്ടത്. കൊയ്ത്ത് ഒരു നിമിഷം നിന്നുപോയി. ഉണ്ണിമായ ഞെട്ടി എഴുന്നേറ്റു. അപകടസൂചന കൊടുത്തതു പോലെ പക്ഷികൾ കലപിലാ ചിലച്ച് പറന്നുപോയി. കാറ്റ് മന്ത്രിച്ചു. ഉണ്ണിമായമ്മേ, മുത്തച്ഛൻ!"

ഉണ്ണിമായ ഊർന്നിറങ്ങി, ഒരു ധൈര്യത്തിന് ശങ്കുമ്മാവന്റെ വിരലിൽ പിടിച്ചു പാതി മറഞ്ഞുനിന്നു.

വാക്കിങ്സ്റ്റിക്ക് ഉണ്ണിമായയുടെ നേർക്കു നീട്ടി കേണൽ മുത്തശ്ശൻ ചോദിച്ചു:

"എന്താ ഇത്? എന്താന്നാ ചോദിച്ചത്?" ഇടി മുരളുന്നപോലെയായിരുന്നു ആ ചോദ്യം.

"ലേശം പനിച്ചൂടു കണ്ടപ്പോ സ്കൂളിൽപോണ്ടാന്ന് ഞാനേ പറഞ്ഞത്."

"എന്നിട്ടാണോ പാടത്ത് വെയിലുംകൊണ്ട് കൊയ്ത്തുനോക്കി നില്ക്കുന്നത്?" മുത്തശ്ശന്റെ വാക്കിലെ പരിഹാസം ഉണ്ണിമായയ്ക്കും കൂടി മനസ്സിലായി. കിളികൾ എവിടെയോ ഇരുന്ന് കൂട്ടത്തോടെ പ്രതിഷേധിച്ചു. അവൾ ശങ്കുമ്മാവന്റെ വിരൽ മുറുക്കിപ്പിടിച്ചു. ശങ്കുമ്മാവനു മനസ്സിലായി. കറമ്പിപ്പശുവിന്റെ അമറൽ അവ്യക്തമായി കേട്ടത് ആ സമയത്താണ്.

"പശൂന് വൈക്കോലിട്ടു കൊടുക്കാൻ പറഞ്ഞത് കേട്ടിട്ടുണ്ടാവില്യ മുളയൻ ചെക്കന്മാര്. പോയി നോക്കട്ടെ." അതുപറയലും ഉണ്ണിമായയെയും കൊണ്ട് ശങ്കുമ്മാവൻ ചെറിയ വരമ്പിലേക്കിറങ്ങി നടക്കലും കഴിഞ്ഞു. രക്ഷപ്പെട്ടു എന്നാണ് ഉണ്ണിമായ വിചാരിച്ചത്. പക്ഷേ, പാടത്തുനിന്നു മടങ്ങി സന്ധ്യക്ക് ഗ്ലാസും കൈയിലെടുത്ത് ഇരുന്ന കേണൽ ശങ്കരൻനായരോടായി പറഞ്ഞു:

"പോയ കാര്യം ശരിയായി. വിചാരിച്ചതിലും വേഗം ശരിയായി. ഉണ്ണിമായയെ ഇനി ബോർഡിങ്ങിൽ അയച്ചു പഠിപ്പിക്കയാണ്."

അടുക്കളയിൽ നാണിയമ്മയുടെ കൈയിൽനിന്നു സ്പൂൺ താഴെ വീണു.

"ബോർഡിങ് എന്നുവെച്ചാലെന്താ?" നാണിയമ്മയുടെ മുണ്ടിന്റെ കോന്തല പിടിച്ചുവലിച്ച് ഉണ്ണിമായ സ്വകാര്യം ചോദിച്ചു.

"അതു മുന്ത്യേ എടപാടാ. പിന്നെ ഇവിടക്കൊന്നും വരാൻ പറ്റ്ല്യ. ബ്രിട്ടീഷുകാരുടെ പഠിപ്പിക്കലാ. അടിച്ചു പുറം പൊളിച്ചിട്ടേ എ ബി സി ഡി പഠിപ്പിക്കൂ. അവിടെത്തന്നെ താമസിച്ചു പഠിക്കണം." നാണിയമ്മ പറഞ്ഞു.

"നമ്മുടെ ചാത്തൻ കളത്തിലെ സുവർണ്ണാമ്മടെ മോള് ബോർഡിങ്ങിലാമ്പേ."

ഉണ്ണിമായ ഓടിപ്പോയി. കോലായിലേക്ക് ജനലിലൂടെ ഒളിഞ്ഞു നോക്കി.

ശങ്കുമ്മാവൻ വളരെ വിവശനായി തൂണുംചാരി അന്തിച്ച് ഇരിക്കുന്നുണ്ടായിരുന്നു.

കോലായിൽ നിശ്ശബ്ദത ഏറെനേരം നീണ്ടു. ഉണ്ണിമായയുടെ ക്ഷമ അസ്തമിക്കാറായിരുന്നു. ആരാണ് ബോർഡിങ്ങിലേക്ക് പോകുന്നത്? ശങ്കുമ്മാവനാണോ അതോ കേണൽ മുത്തശ്ശനോ?

അപ്പോൾ ശങ്കുമ്മാവൻ വളരെ പതിഞ്ഞ ശബ്ദത്തിൽ ചോദിക്കുന്നത് ഉണ്ണിമായ കേട്ടു:

"ഇത്ര ചെറ്യേ പ്രായത്തില്... ഒന്നുകൂടി ആലോചിച്ചിട്ടു പോരേ?"

മറുപടി ഒരു പൊട്ടിത്തെറിക്കലായിരുന്നു.

"ആരോടാ നായരേ ഞാൻ ആലോചിക്കേണ്ടത്? ശങ്കരൻനായർ എന്നെ പഠിപ്പിക്കാൻ വരണ്ട. ഇവിടെ കാടോടി വളർന്ന്, കണ്ട പണിക്കാരുമായി സംസർഗ്ഗം ചെയ്തു തനി കൺട്രിയായി വളരാൻ ഞാൻ സമ്മതിക്കാൻ പോണില്ല."

യാചനാസ്വരത്തിൽ ശങ്കുമ്മാവൻ അപേക്ഷിച്ചു.

"അമ്മയും അച്ഛനും ഇല്ലാത്ത കുട്ടിയല്ലേ... കുറച്ചുകൂടി വലുതായിട്ട് വേണെങ്കില് അയയ്ക്കാലോ."

മുത്തശ്ശൻ കസേരയിൽ നിവർന്നിരുന്നത് ഉണ്ണിമായ കണ്ടു. വെടി പൊട്ടുംപോലെ ഒരു ചോദ്യം ശങ്കരൻനായർക്കു നേരെ വന്നു:

"നായരേ, ഞാൻ അവളുടെ ആരാ?"

ശങ്കുമ്മാവൻ തല താഴ്ത്തി ഇരുന്നു.

പുച്ഛസ്വരത്തിൽ 'ഹും' എന്നു പറഞ്ഞ് ഒറ്റയടിക്ക് ഗ്ലാസിലെ മുഴുവൻ മരുന്നും മുത്തശ്ശൻ ഗ്ലുംഗ്ലും ശബ്ദത്തോടെ ഇറക്കുന്നത് ആരാധനയോടെ ഉണ്ണിമായ നോക്കിക്കണ്ടു.

"അടുത്ത ആഴ്ച അവളെക്കൊണ്ടുചേർക്കണം. അതിനുള്ളതൊക്കെ ചെയ്യാൻ തുടങ്ങിക്കോളൂ."

ശങ്കുമ്മാവൻ തോർത്തുമുണ്ട് കുടഞ്ഞ് ചുമലിലിട്ട് അകത്തേക്കു വരുന്നത് ഉണ്ണിമായ കണ്ടു. ആ മുഖത്ത് സങ്കടത്തിന്റെ ചുളിവുകൾ. ഉണ്ണിമായയെ കണ്ടപ്പോൾ ശങ്കുമ്മാവൻ അടുത്തുവന്ന് മുട്ടുകുത്തിയിരുന്ന് അവളെ ഉറ്റുനോക്കി.

"ഞാൻ പൊയ്ക്കോളാം ശങ്കുമ്മാവാ." ഉണ്ണിമായ ഒരു കുഞ്ഞിനു മാത്രം സാദ്ധ്യമായ ഉദാരതയോടെ പറഞ്ഞു. അതു പറഞ്ഞതോടൊപ്പം പറയാത്ത ഒരു കുഞ്ഞുസങ്കടത്തിൽ അവളുടെ കണ്ണ് നിറയുകയും ചെയ്തു. തൊട്ടടുത്ത നിമിഷംതന്നെ. "എനിക്കു പോണ്ട, എനിക്കു പോണ്ട ശങ്കുമ്മാവാ" എന്നും പറഞ്ഞ് ഉണ്ണിമായ ശബ്ദമുണ്ടാക്കാതെ കരയാൻ തുടങ്ങി.

ഉണ്ണിമായയുടെ കണ്ണുതുടച്ച് ദൃഢനിശ്ചയത്തോടെ പറഞ്ഞു.

"ഞാൻ സമ്മതിക്ക്ല്യാ... എന്നെ കൊന്നാലും ഞാൻ സമ്മതിക്ക്ല്യ. അമ്മുക്കുട്ടി കരയണ്ട."

അടുക്കളയിൽ ചെന്നപ്പോൾ മൂക്കത്ത് വിരൽ വച്ചുകൊണ്ട് നാണിയമ്മ ശങ്കുമ്മാവനോടു ചോദിച്ചു:

"എന്താ നായരേ ഈ കേട്ടത്? ഈ മുലകുടി മാറാത്ത കുട്ട്യേ ബോർഡിങ്ങിലയയ്ക്കാൻ ന്താ നിങ്ങക്കൊക്കെ പ്രാന്തുണ്ടോ?"

ഉണ്ണിമായ വിമ്മിക്കരഞ്ഞുകൊണ്ട് നാണിയമ്മയെ കെട്ടിപ്പിടിച്ചു.

"നാണിയമ്മേ ഇനിക്കു പോവണ്ട, ബോർഡിങ്കിൽ പോവണ്ടാ."

"അമ്മുക്കുട്ടി പോവണ്ട. ആരാ കൊണ്ടുപോണത്ന്ന് നാണ്യേമ്മ ഒന്നു നോക്കട്ടെ."

ശങ്കരൻനായർ കണ്ണു തുടച്ചു. പിന്നെ രണ്ടും കല്പിച്ച് കയ്യാല കടന്ന് അശോകന്റെ അമ്മൂമ്മയുടെ വീട്ടിലേക്കു ചെന്നു.

ചെന്നപ്പോൾ അശോകന്റെ അമ്മൂമ്മ നാമം ജപിച്ചുകൊണ്ടിരിക്കുകയായിരുന്നു.

ശങ്കുമ്മാവൻ പറഞ്ഞു.

"ആകെ പ്രശ്നായി അമ്മൂമ്മേ. അമ്മുക്കുട്ടിയെ ബോർഡിങ്ങിലയ്ക്കാൻ നിശ്ചയിച്ചിട്ടാ ഊട്ടീന്ന് അവളുടെ മുത്തശ്ശൻ മടങ്ങീത്. എത്ര പറഞ്ഞിട്ടും ഒരു മാറ്റോല്യാ."

അമ്മൂമ്മ ചോദിച്ചു: "ഉണ്ണിമായ എവിടെ?"

"കരഞ്ഞുകരഞ്ഞ് ഇരിക്ക്ണ്ട്."

അമ്മൂമ്മ നിശ്ശബ്ദയായി. അവരുടെ മങ്ങിയ കണ്ണുകൾ വിദൂരതയിൽ എന്തോ തിരയുകയായിരുന്നു.

"അമ്മൂമ്മ ഒന്ന് അത്രടം വരെ വന്നു പറയണം. ആ കുട്ട്യോട് കണ്ണിൽ ചോരയില്ലാതെ പെരുമാറരുതെന്ന്. അമ്മുക്കുട്ട്യേ പറഞ്ഞയച്ചാൽ ഞാൻ ഇബടന്ന് ഇറങ്ങും നിശ്ചയംതന്നെ." ശങ്കരൻനായരുടെ ശബ്ദം ഇടറി: "അമ്മൂമ്മ ഒന്നു വന്ന് പറയണം."

അമ്മൂമ്മ സാവധാനം ശങ്കരൻനായരുടെ മുഖത്തേക്കുനോക്കി. അവരുടെ നരച്ച കൺപീലികൾ നനഞ്ഞിരുന്നു.

"ഞാൻ പറഞ്ഞിട്ട് എന്തുകാര്യം?"

അതു ചോദ്യത്തെക്കാളേറെ ഒരു നിശ്വാസമായിരുന്നു.

"മാധവൻക്കുട്ടിക്കും മീനാക്ഷിക്കും രണ്ടു ദിവസം തങ്ങാൻ ഇടം കൊടുത്തതിന് ഉണ്ടായ ബഹളം ശങ്കരൻനായർക്ക് ഓർമ്മയുണ്ടോ?"

അശോകൻ പാഠപുസ്തകത്തിൽനിന്നും തലയുയർത്തി.

"അമ്മൂമ്മ പോണ്ട. കേണൽസാറ് തോക്കെടുക്കും. അമ്മൂമ്മ പോണ്ട."

"അങ്ങനെ പറയരുത് അശോകാ."

അമ്മൂമ്മ എന്തോ ആലോചിച്ചു. എന്നിട്ടു പറഞ്ഞു.

"ഞാൻ വരാം. നാളെയാവട്ടെ."

ശങ്കുമ്മാവൻ തിരിച്ചു നടന്നു. അശോകൻ കയ്യാലവരെ കൂടെപ്പോയി. യാത്ര പറയുമ്പോൾ അശോകൻ പറഞ്ഞു.

"ഉണ്ണിമായയോട് പോണ്ടാന്നു പറയണേ."

"പോണ്ടാന്നു പറയണേ." കൂടുകളിലേക്കു മടങ്ങുന്ന പക്ഷികളും പിന്നാലെ ഉരുണ്ടുരുണ്ടുവന്ന പൂച്ചക്കുട്ടികളും അരയാലിലകളും മരം ചാരി നിന്ന കാറ്റും ഉദിച്ച നിലാവും പറഞ്ഞു.

അന്ന് ആ വീട്ടിൽ ആരും ഒന്നും കഴിച്ചില്ല.

തന്റെ ഡയറിയിൽ ഉണ്ണിമായ ഇങ്ങനെ എഴുതി:

കാറ്റു വന്നു, ഇലവീണു, മഴവീണു. ഇനിക്ക് ഇവിടന്ന് പോവാൻ ഇഷ്ടംല്ല.

അന്ന് ഉറങ്ങുന്നതിനുമുമ്പ് അവൾ അമ്മയുടെ ചിത്രം എടുത്തു നോക്കി. എന്നിട്ടു മയിൽപ്പീലിയോടു പറഞ്ഞു.

"ഇന്ന് എന്റെ അമ്മ വരും. എന്നെ കൊണ്ടുപൂവും."

അവൾ ഉറങ്ങാതെ കാത്തു.

പത്ത്

അപ്പോഴാണ് പാറിപ്പറന്ന് അരയാലിൻകൊമ്പത്തുനിന്ന് മയിൽപ്പീലി ഉണ്ണിമായയെ തേടിവന്നത്. അമ്മയുടെ ചിത്രം ചൂണ്ടിക്കാട്ടി ഉണ്ണിമായ പറഞ്ഞു:

"ഇന്ന് എന്റെ അമ്മ വരും. എനിക്ക് കഥ പറഞ്ഞുതരും. എന്നെ കൊണ്ടുപൂവും."

മയിൽപ്പീലി അവളെ തഴുകി.

ഉണ്ണിമായ പറഞ്ഞു: "ഇനിക്കു ബോഡിങ്ങിൽ പോണ്ടാ. ഇനിക്ക് അമ്മടെ അടുത്ത് പോയാമതി."

മയിൽപ്പീലിയുടെ ഇന്ദ്രനീലശോഭ വഴിയുന്ന കണ്ണ് അവളെ ഉറ്റുനോക്കി. അവളുടെ കൺപീലികളിൽ തങ്ങിയ നനവ് അത് ഒപ്പിയെടുത്തു. മയിൽപ്പീലിയോട് ഉണ്ണിമായ ആവശ്യപ്പെട്ടു.

"ഇനിക്ക് അമ്മെ കാണണം. കഥ കേക്കണം. ഇപ്പോ വേണം."

അവൾ ചുണ്ടുപിളർത്തി കരച്ചിലിന്റെ വക്കത്തായിരുന്നു. അമ്മയുടെ ചിത്രത്തിൽ ആരോ ആ മയിൽപ്പീലിയുഴിഞ്ഞു. മുറിയിൽ മുഴുവൻ ഒരു അലൗകികപ്രകാശം നിറഞ്ഞു. അഭൗമമായ ഒരു സംഗീതം അവിടെ അലയടിച്ചുയർന്നു. ഉണ്ണിമായ മാസ്മരികമായ ഒരു ശക്തിക്ക് അധീനയായതുപോലെ കണ്ണിമയ്ക്കാതെ നോക്കവേ, ചിത്രത്തിൽനിന്ന് ഉണ്ണിമായയുടെ അമ്മ ഇറങ്ങിവന്നു. അവളെ കോരിയെടുത്ത് തെരുതെരെ ഉമ്മവെച്ചു. മുടി തഴുകിയൊതുക്കി. മുറിയിലാകെ ഹരിചന്ദനത്തിന്റെ സുഗന്ധം പരക്കുന്നതുപോലെ. കാഴ്ചയ്ക്കും കേഴ്വിക്കും അപ്പുറത്തു നിന്ന് ആരോ മന്ദ്രമധുരമായി കഥ പറയാൻ തുടങ്ങി.,

പണ്ട് പണ്ട് അത്തിപ്പട്ടർ എന്ന ഒരു മുക്കുവനുണ്ടായിരുന്നു. ശിവനിൽ വലിയ ഭക്തിയായിരുന്നു. ശിവനെ ഓർമ്മിക്കാത്ത ഒരു നേരവുമില്ല.

ദിവസവും കടലിൽപ്പോവും. വല വീശും. വല്ലതും കിട്ടിയാലായി. എന്നാലും ശിവപൂജ ഒരുനാളും മുടക്കുകയില്ല. കൈയിൽ കിട്ടുന്നതെന്തോ അതാണ് അർച്ചനയ്ക്ക് എടുക്കുക. അത്തിപ്പട്ടരായിരുന്നു മുക്കുവന്മാരുടെയെല്ലാം പ്രധാനി. ദിവസവും ആയിരക്കണക്കിനു മീൻ പിടിക്കും. എല്ലാ മുക്കുവന്മാരുംകൂടി മീൻ പിടിച്ച് കരയ്ക്കുകയറ്റുമ്പോൾ അവയെല്ലാം വലയിൽ കിടന്നു പിടഞ്ഞുചാവും. അതുകണ്ട് എന്നും അത്തിപ്പട്ടർ വ്യസനിക്കും.

ഒരുദിവസം വലയിൽ വളരെ സൗന്ദര്യമുള്ള ഒരു കുഞ്ഞുമീൻ കിടന്നു പിടയ്ക്കുന്നത് അത്തിപ്പട്ടർ കണ്ടു. ദൈവസൃഷ്ടിയുടെ മഹിമയും സൗന്ദര്യവും ആ കുഞ്ഞുമീനിൽ കാണാമായിരുന്നു. അത്തിപ്പട്ടർക്ക് ശിവന്റെ ഓർമ്മ വന്നു. അയാൾ 'ശിവപ്പെരുമാനേ, എന്റെ അർച്ചന സ്വീകരിക്കേണമേ' എന്നും പറഞ്ഞ് ആ കുഞ്ഞുമീനിനെ കടലിലേക്കെറിഞ്ഞു.

പിറ്റേ ദിവസവും അത്തിപ്പട്ടർ പോയി വലവീശി. അന്തിയോളം വലയെറിഞ്ഞിട്ടും വലയിൽ ഒരു കുഞ്ഞുമീൻ മാത്രമിരുന്ന് പിടയ്ക്കുന്നതായി കണ്ടു. ആ മീനിനെയും കടലിലേക്കെറിഞ്ഞ് അത്തിപ്പട്ടർ പറഞ്ഞു.

"എന്റെ പൊന്നു ശിവപ്പെരുമാനേ, ഒരു കുഞ്ഞുമീനാണ്, മാപ്പാക്കണേ."

ഇങ്ങനെ ദിവസവും വലയിൽ ഒരു കുഞ്ഞുമീൻ മാത്രം വരുവാൻ തുടങ്ങി. അതിനെ മുക്കുവൻ തന്റെ അർച്ചനയായി ശിവനുവേണ്ടി കടലിലെറിയുകയും ചെയ്തുപോന്നു. അങ്ങനെ ആഹാരം കഴിക്കാതെ അത്തിപ്പട്ടർ ക്ഷീണിച്ചു വന്നു. ഒടുവിൽ എല്ലുംതോലും മാത്രമായി. ഒരുദിവസം വലയെറിഞ്ഞപ്പോൾ കുഞ്ഞു മീനിനു പകരം വലയിലൊരു സ്വർണ്ണമീനിനെയാണ് കണ്ടത്. അതിൽ ഒമ്പതു രത്നങ്ങൾ പതിച്ചിരുന്നു.

സ്വർണ്ണമീനിനെയും അതിന്റെ വെട്ടിത്തിളങ്ങുന്ന രത്നങ്ങളെയും കണ്ട് മുക്കുവർ ഓടിക്കൂടി. അപ്പോൾ അത്തിപ്പട്ടർ പറഞ്ഞു:

"എന്റെ പൊന്നു ശിവപ്പെരുമാനേ, ഈ മീനിനെ കണ്ടാൽ ആരാണ് നിന്റെ പ്രിയപ്പെട്ടവളായ മീനാക്ഷിയെ ഓർക്കാതിരിക്കുക?"

അത്തിപ്പട്ടർ ആ മീനിനെ ഉമ്മവച്ചിട്ട് അതിനെ തിരമാലകളുടെ നടുവിലേക്കു വിട്ടു. അപ്പോൾ ഇടിവെട്ടി, മഴ പെയ്തു. ദേവതകൾ അത്തിപ്പട്ടരുടെ ശിരസ്സിൽ പൂക്കൾ വർഷിച്ചു. ശരീരം വെടിഞ്ഞ് അത്തിപ്പട്ടർ ശിവലോകത്തിലേക്കുപോയി. അതായിരുന്നു അത്തിപ്പട്ടരുടെ അവസാനത്തെ അർച്ചന.

ഉണ്ണിമായ വിടർന്ന കണ്ണുകളോടെ കഥ മുഴുവൻ കേട്ടിരുന്നു. ഒടുവിൽ ചോദിച്ചു:

"ആരാ ഈ മീനാക്ഷി?"

"മീനിന്റെ ആകൃതിയുള്ള കണ്ണുള്ളവളാണ് മീനാക്ഷി. മീനിന്റെ കണ്ണുകൾപോലെ കണ്ണുള്ളവളും മീനാക്ഷിയാണ്. എന്താണ് മീനിന്റെ കണ്ണിന്റെ പ്രത്യേകത? ഉണ്ണിമായയ്ക്കറിയാമോ? മീനിന്റെ കണ്ണുകൾക്ക് ഇമയില്ല. ഇമവെട്ടാതെ നമ്മളെ നോക്കിയിരിക്കുന്നവളുമാണ് മീനാക്ഷി."

ഉണ്ണിമായ തെല്ലുനേരം ആലോചിച്ച് ഇരുന്നു. പിന്നെ ചോദിച്ചു.

"എന്നേം കാണുന്നുണ്ടാവ്വോ, മീനാക്ഷി?"

"എന്താ സംശയം?" ആരോ അവളുടെ ചെവിയിൽ ചോദിച്ചു.

ഉണ്ണിമായയ്ക്ക് സന്തോഷമായി. അവളുടെ അമ്മയുടെ നെഞ്ചിൽ തലചായ്ച്ച്, കെട്ടിപ്പിടിച്ച് കിടന്നുറങ്ങി.

ഉറക്കത്തിൽ അവൾ ഒമ്പതു രത്നങ്ങൾ പതിച്ച കിരീടം ചാർത്തിയ, സർവ്വാലങ്കാരവിഭൂഷിതയായ മീനാക്ഷിയെ സ്വപ്നം കണ്ടു.

മീനാക്ഷിക്ക് അവളുടെ അമ്മയുടെ ഛായയായിരുന്നു.

പിറ്റേദിവസം ഉണ്ണിമായ ഉണരാൻ വൈകി. ഉണർന്നത് മുറ്റത്തൊരു ബഹളം കേട്ടിട്ടാണ്. ഓടിച്ചെന്ന് ജനലിലൂടെ നോക്കിയപ്പോൾ അശോകൻചേട്ടന്റെ അമ്മൂമ്മയുണ്ട് മുറ്റത്ത് നില്ക്കുന്നു. പണിക്കാരൊക്കെ പണി നിർത്തി അമ്മൂമ്മയെ ശ്രദ്ധിക്കുന്നു. ഉണ്ണിമായ ഒരിക്കലും അമ്മൂമ്മ കേണൽമുത്തശ്ശന്റെ വീട്ടിലേക്ക് കടന്നുവന്നത് കണ്ടിട്ടില്ല. അത് മുത്തശ്ശനെ അമ്മൂമ്മയ്ക്കും പേടിയായിട്ടാണ് എന്നാണ് ഉണ്ണിമായ ധരിച്ചിരുന്നത്. ഇപ്പോൾ ഒരു വടിയൂന്നി തെല്ലു കുനിഞ്ഞ് മങ്ങിയ കണ്ണുകൾ ഒരു കൈത്തലംകൊണ്ട് മറച്ച് അമ്മൂമ്മ ആരെയോ സൂക്ഷിച്ചു നോക്കുകയായിരുന്നു. ഉണ്ണിമായ ഓടി താഴത്തിറങ്ങിചെന്നപ്പോഴാണ് മുത്തശ്ശന്റെ ഗർജ്ജനം കേട്ടത്:

"നിങ്ങളോട് ഈ പടി കടക്കരുതെന്ന് ഞാൻ പറഞ്ഞിട്ടില്ലേ?"

അമ്മൂമ്മ മെല്ലെ ഒന്നു ചിരിച്ചു. എന്നിട്ടു ശാന്തമായ, പക്ഷേ, ഇടയ്ക്കിടയ്ക്കു മുറിഞ്ഞുപോകുന്ന ശബ്ദത്തിൽ പറഞ്ഞു:

"അമ്മുക്കുട്ടിയെ ബോർഡിങ്ങിലേക്കയക്കുണു എന്നു കേട്ടിട്ട് സഹിക്കാതെ വന്നതാണ്."

"സഹിക്കില്ല; നിങ്ങൾ എന്റെ മകനെ കൊഞ്ചിച്ചു വഷളാക്കിയതുപോലെ അവളെ വഷളാക്കാൻ കിട്ടാത്തതു സഹിക്കില്ല."

"അവളെ ഇത്ര ചെറുപ്രായത്തിൽ എവിടെയെങ്കിലും കൊണ്ടാക്കരുത്."

ഉണ്ണിമായയിൽ പ്രത്യാശ നാമ്പിട്ടു. പണിക്കാർ പണിനിർത്തി അമ്മൂമ്മയുടെ ചുറ്റിനും വന്നുകൂടി.

"നേരാ തമ്പ്രാനേ." വയസ്സായതിന്റെ വിറയലോടെ വിറച്ചുവിറച്ചു ചക്കൻ മുളയൻ പറഞ്ഞു: "കൊച്ചുതമ്പ്രാട്ടിക്കുട്ടി ഇവിടെ നിന്നാമതി. അടിയങ്ങള് നോക്കിക്കോളാം."

"അതെ." ചീതയും ജാനുവും പാറുവും പറഞ്ഞു. തൊഴുത്തിൽനിന്ന് യാചനയോടെ കറമ്പിപ്പശു അമറി.

"അതെ. അതെ. ഞങ്ങൾ നോക്കിക്കൊള്ളാം." അരയാലിലകൾ ഒന്നിച്ചു പറഞ്ഞു. തുമ്പികളും കുരുവികളും മുറ്റത്ത് ചിക്കി നടന്നിരുന്ന തള്ളക്കോഴിയും അതാവർത്തിച്ചു.

"ഇവിടെ വളർന്നോണ്ട് ഒരു തരക്കേടും ഇല്യ. വെറുതെ കുട്ടികളുടെ മനസ്സിൽ മുറിവുണ്ടാക്കിവയ്ക്കരുത്. ഒരു കാലത്തും അവ ഉണങ്ങില്യ."

അമ്മൂമ്മ പറഞ്ഞു. അമ്മൂമ്മയ്ക്ക് എന്തൊരു ധൈര്യം?

ഉണ്ണിമായയ്ക്ക് കഠിനമായ ആരാധന തോന്നി. മുത്തശ്ശനോട് നേരേ നിന്ന് അത്രയും പറഞ്ഞല്ലോ? എന്തെന്നില്ലാത്ത ക്ഷീണവും കുളിരും തോന്നിയതുകൊണ്ട് വാതിലിനു പിന്നിൽ നില്ക്കുകയായിരുന്ന അവൾ മെല്ലെ നിലത്തിരുന്നു.

"മിണ്ടിപ്പോകരുത്." കേണൽ അട്ടഹസിച്ചു." എല്ലാറ്റിനെയും ചുട്ടു കളയും ഞാൻ."

"വെറുതെ പേടിപ്പിക്കാതെ മോനേ." അമ്മൂമ്മ വടി കേണൽമുത്തശ്ശ നുനേരെ ചൂണ്ടിപ്പറഞ്ഞു. "ആ കുട്ടീടെ കണ്ണീരു വീണാൽ ഇവിടെ ഒരു നാളും ശാന്തി ഒരാൾക്കും കിട്ടില്ല."

കേണൽ അമർത്തിച്ചവിട്ടി ഉമ്മറത്തെ മുറിയിലേക്കു വന്നു. ചുവരിൽ വച്ചിരുന്ന തോക്ക് വലിച്ചെടുത്തു. ഉണ്ണിമായയുടെ ശ്വാസം നിലച്ചുപോ കുന്നതുപോലെ അവൾക്കു തോന്നി. അവൾ വീർപ്പടക്കി നോക്കിയിരു ന്നു. വന്ന അതേപോലെ കേണൽ പുറത്തേക്ക് തോക്കുമായി ചെന്നു. തോക്കുചൂണ്ടി ഗർജ്ജിച്ചു:

"ചുട്ടുകളയും എല്ലാറ്റിനെയും ഞാൻ."

ഉണ്ണിമായ വലിയ ഒരു കരച്ചിലോടെ വാതിലിന്റെ പുറകിൽനിന്ന് മുറ്റ ത്തേക്കോടി അമ്മൂമ്മയെ കെട്ടിപ്പിടിച്ചു. തെങ്ങിന്റെ മറവിൽ നിന്നിരുന്ന അശോകനും മുന്നോട്ടാഞ്ഞു. ഉണ്ണിമായയുടെ മുടി തഴുകിയൊതുക്കി അമ്മൂമ്മ ചിരിച്ചുകൊണ്ടു പറഞ്ഞു.

"മുത്തശ്ശൻ വെറുതെ പേടിപ്പിക്ക്യല്ലേ അമ്മുക്കുട്ടീ, ഒരു എറുമ്പിനെ പ്പോലും കൊല്ലില്ല."

കേണൽമുത്തശ്ശന്റെ മുഖം ചുവന്നുതുടുത്തു. കപ്പടാമീശയുടെ അറ്റം വിറകൊള്ളുന്നത് ഉണ്ണിമായ വിതുമ്പിക്കൊണ്ട് ഓട്ടക്കണ്ണിട്ടു നോക്കിയ പ്പോൾ കണ്ടു. അവൾക്ക് പേടിയായി.

"അമ്മൂമ്മ പോ അമ്മൂമ്മേ. മുത്തശ്ശൻ രാക്ഷസനാ, കൊല്ലും, പോ അമ്മൂമ്മേ." അവൾ അലറിക്കരഞ്ഞു. അശോകൻ വന്ന് അമ്മൂമ്മയെ തോളിൽ ഒന്നു തൊട്ടു.

"ശങ്കരൻനായരേ!" മുത്തശ്ശൻ അലറി.

അമ്മൂമ്മ പറഞ്ഞു: "മക്കള് പേടിക്കണ്ട. അമ്മൂമ്മ പോവാം. കരയ ല്ലേ, കരയല്ലേ."

വടികുത്തി മെല്ലെമെല്ലെ അശോകന്റെ കൈയും പിടിച്ച് അമ്മൂമ്മ ഇറങ്ങിപ്പോയി.

പൊട്ടിക്കരഞ്ഞുകൊണ്ട് അകത്തേക്കോടിയ ഉണ്ണിമായയെ ശങ്കരൻ നായർ വാരിയെടുത്തു.

അന്നുച്ചയ്ക്ക് ഉണ്ണാൻ ശങ്കുമ്മാവൻ തോളിലിട്ട് കൊണ്ടു വരുമ്പോൾ ഉണ്ണിമായ കരഞ്ഞുകലങ്ങിയ കണ്ണുകളുയർത്തി മുത്തശ്ശന്റെ തോക്ക് ചുവ രിൽ തന്നെ ഇല്ലേ എന്നു നോക്കി.

അത് അവിടെത്തന്നെ ഒരു നിശ്ശബ്ദ ഭീഷണിപോലെ ഇരുന്നിരുന്നു.

"ബോർഡിങ്ങിൽ തോക്കുണ്ടാവ്വോ, ശങ്കുമ്മാവാ?" ഉണ്ണിമായ ചോദിച്ചു.

"ഇല്യ അമ്മുക്കുട്ടീ, ഇവിടത്തേക്കാൾ സുഖമായിരിക്കും മോൾക്ക് ചെലപ്പോ അവടെ" നെഞ്ചുപൊട്ടുന്ന നൊമ്പരത്തോടെ, വൈരാഗ്യ ത്തോടെ ശങ്കുമ്മാവൻ പറഞ്ഞു.

"ശങ്കുമ്മാവൻ ആരോടാ ദേഷ്യപ്പെടണത്?" ഉണ്ണിമായ ജിജ്ഞാസ യോടെ ചോദിച്ചു.

"ദൈവത്തിനോടന്നെ, അല്ലാണ്ടെ ആരോടാ നമ്മളൊക്കെ ദേഷ്യ പ്പെടാ?" ഉണ്ണിമായയെ അടുക്കളയിൽ ഇറക്കി നിർത്തി ശങ്കുമ്മാവൻ പറ ഞ്ഞു.

ശരിയാണെന്ന് ഉണ്ണിമായയ്ക്കും തോന്നി. ചെറിയ കുട്ടികൾ ആരോ ടാണ് ദേഷ്യപ്പെടുക? അതൊക്കെ വലിയവർക്കുള്ള അവകാശമാണല്ലോ. മുതിർന്നവരുടെ രീതികളാണല്ലോ.

നാണിയമ്മനിന്ന് മീൻ പൊരിക്കുകയായിരുന്നു.

"പോയി മേശപ്പുറത്തുകയറി ഇരുന്നോളൂ. എല്ലാം റെഡിയായിട്ടുണ്ട്." നാണിയമ്മ പറഞ്ഞു.

"മേശപ്പുറത്തല്ല, ഇരിക്യ..." ഉണ്ണിമായയ്ക്കു ചിരിവന്നു. "കസേരയി ലാണ് നാണിയമ്മേ.."

"കസേരയെങ്കി കസേര. മേശപ്പുറത്തിരുന്നാലും ഒരു കുഴപ്പോം വരില്യ. ബ്രിട്ടീഷുകാരൊക്കെ അങ്ങന്യല്ലെ."

എണ്ണയിൽ കിടന്നുമൊരിയുന്ന മീനിനെനോക്കി ഉണ്ണിമായ അന്വേ ഷിച്ചു.

"നാണിയമ്മ അത്തിപ്പട്ടരെപ്പറ്റി കേട്ടിട്ടുണ്ടോ?"

"അത്തിപ്പട്ടര് ചത്തേപ്പിന്നെ
ചക്കത്തുണ്ടം തിന്നിട്ടില്യാ." നാണിയമ്മ ഉറക്കെ തെളിഞ്ഞുപാടി.

"ശ് ശ്... ബാ അമ്മുക്കുട്ടി, മുത്തശ്ശൻ കഴിക്കാൻ വന്നു, വേഗം വരൂ."

ഊൺമുറിയിൽ മുത്തശ്ശൻ ഇരിപ്പുറപ്പിച്ചുകഴിഞ്ഞിരുന്നു. ഉണ്ണിമായ ധൃതിയിൽ എതിരെ കയറിയിരുന്നു.

ചോറും കറികളും വിളമ്പിയശേഷമാണ് നാണിയമ്മ മീൻ പൊരി ച്ചത് കൊടുത്തയച്ചത്. കണ്ടപ്പോൾതന്നെ ഉണ്ണിമായ ഉറക്കെ പറഞ്ഞു. "എനിക്കു മീൻ വേണ്ട."

ഊണുനിർത്തി കേണൽ അവളെ രൂക്ഷമായി നോക്കി.

"അയ്യോ, അമ്മുക്കുട്ടീ, മീൻ കൂട്ടിക്കോളൂ– ഒരു കഷണം മതി. പനി ച്ചതല്ലേ?"

"എന്നോ ഒന്നു പനിച്ചതിന് ഒരാഴ്ച പട്ടിണികിടക്കണ്ട കാര്യമൊന്നും ഇല്ല." കേണൽ പറഞ്ഞു: "മീൻ കൊടുക്കൂ ശങ്കരൻനായരേ."

"ഇനിക്കുവേണ്ടാ, ഇനിക്കും മീനാക്ഷിയെ ഓർമ്മവരും." ഉണ്ണിമായ അലറി.

ആ പേര് ഉച്ചരിച്ചമാത്രയിൽ കേണലിന്റെ ഭാവം പകർന്നു. ഊണു

കഴിച്ചിരുന്ന പ്ലേറ്റ് ഒരു തട്ടുവച്ചുകൊടുത്ത് കൈകുടഞ്ഞ് എഴുന്നേറ്റു.

"ശങ്കരൻ നായരേ, എന്താതിന്റെ അർത്ഥം, ഏ?" കേണൽ അട്ടഹസിച്ചു.

കേണൽ തട്ടിനീക്കിയ പ്ലേറ്റ് ഗ്ലാസ് മേശയിലൂടെ ഉടനീളം സഞ്ചരിച്ചു നിലത്തേക്കു വീഴുന്നത് കൗതുകത്തോടെ നോക്കിയിരിക്കുകയായിരുന്നു ഉണ്ണിമായ. അവളും അവളുടെ പ്ലേറ്റിന് ഒരു തട്ടുകൊടുത്തു നോക്കി. നീങ്ങിനിരങ്ങിപ്പോയി അത് കറിപകർന്ന പാത്രത്തിനെ ഉന്തി. എല്ലാം കൂടി നിലത്തുവീണു ചിതറി.

കേണൽ മുത്തശ്ശൻ ക്ഷോഭംകൊണ്ട് ആ കുപ്പിപ്ലേറ്റുകൾപോലെ ഇപ്പോൾ തകരുമെന്ന് ഉണ്ണിമായയ്ക്കു തോന്നി. അവൾ ഞൊടിയിടയിൽ മേശയ്ക്കടിയിലൂടെ നൂണുകടന്ന് മുകളിലേക്കോടി. ഓടുന്നതിനിടയ്ക്ക് നാണിയമ്മ മൂക്കത്ത് വിരലുംവച്ച് നില്ക്കുന്നത് അവൾ കാണുകയുണ്ടായി.

മുറിയിലെ മേശവലിപ്പിൽ ശങ്കുമ്മാവനറിയാതെ എടുത്തുകൊണ്ടുവന്നുവച്ച അച്ഛന്റെയും അമ്മയുടെയും ഫോട്ടോ ഉണ്ടായിരുന്നു. അത് അവൾ പുറത്തെടുത്തു. അതിനെ കെട്ടിപ്പിടിച്ചു കട്ടിലിനടിയിൽ കിടന്നു. എപ്പോഴോ അവൾ മയങ്ങി.

മയക്കത്തിൽ അവൾ പൊള്ളുന്ന പനിയിലേക്കു വഴുതി വീണു.

പതിനൊന്ന്

വൈകുന്നേരം വടക്കുവശത്തൂടെ കേണൽ കാണാതെ കയറിവന്ന അശോകനാണ് അതു കണ്ടത് – കട്ടിലിനടിയിൽ ഫോട്ടോ കെട്ടിപ്പിടിച്ചു ബോധമറ്റുകിടക്കുന്ന ഉണ്ണിമായ. അശോകൻ ഓടിപ്പോയി ശങ്കുമ്മാവനോട് വിവരം പറഞ്ഞു. ശങ്കുമ്മാവനും പിറകെ നാണിയമ്മയും മുകളിലേക്ക് ഓടി. അശോകനും ശങ്കുമ്മാവനുംകൂടി ഉണ്ണിമായയെ കട്ടിലിലേക്കു കിടത്തി. നാണിയമ്മ വെള്ളംനനച്ച തോർത്തുകൊണ്ട് മുഖം തുടച്ചു കൊടുത്തപ്പോൾ ഉണ്ണിമായ ചാമ്പിമയങ്ങിയ കണ്ണുകൾ തുറന്നു. ജയഭേരിയോടെ നാണിയമ്മ പറഞ്ഞു. "കണ്ടോ, നാണിയമ്മ തൊട്ടാ ഏതു പനിയും പറപറക്കും, അല്ലേ മോളേ?" ഉണ്ണിമായ തളർന്ന ഒരു ചിരി നാണിയമ്മയ്ക്കു സമ്മാനിച്ചു. അശോകൻചേട്ടന്റെ കൈപിടിച്ച് അവൾ പറഞ്ഞു:

"അശോകൻ ചെറുക്കാ, എന്നെ പുഴവക്കത്തു കൊണ്ടുപോ."

"അസ്സലായി. പൊള്ളണ പനീണ്ട് കുട്ടിക്ക്. മിണ്ടാണ്ടെ കിടന്നോളൂ." ശങ്കുമ്മാവൻ ഉണ്ണിമായയെ പുതപ്പിച്ചിട്ടു പറഞ്ഞു: "ഞാൻ പോയി കേണൽസാറിനോടു വിവരം പറയട്ടെ."

"ഉണ്ണിമായമ്മേടെ പനി മാറീട്ട് നമുക്ക് പുഴക്കരെ പോയിരിക്കാം, ട്ടോ." അശോകൻ സമാധാനിപ്പിച്ചു.

"അതെയതെ. ഇപ്പോ മലവെള്ളപ്പാച്ചിൽ എപ്പഴാണ്ടാവാന്നു പറയാൻ പറ്റില്യ." നാണിയമ്മ പറഞ്ഞു. അവിടെ നോക്കിനോക്കി ഉണ്ണിമായ മയങ്ങി. അകത്തും പുറത്തും വിങ്ങിയ ഒരു ചൂടിൽ അവളുടെ മനസ്സും ദേഹവും തപിച്ചുകൊണ്ടിരുന്നു. ഉറക്കത്തിലേക്കു ചാഞ്ഞ ഉണ്ണിമായയെ നന്നായി പുതപ്പിച്ച് നാണിയമ്മയും അശോകനും താഴത്തേക്കു പോയി.

കേണൽ, ശങ്കുമ്മാവനോടൊപ്പം കടന്നുവന്നപ്പോൾ ജനാലയിൽ ഒരു കുരുവി നിശ്ശബ്ദയായി ഇരിക്കുന്നുണ്ടായിരുന്നു. ഉണ്ണിമായയ്ക്ക് ഒരു കൂട്ടിന് എന്നപോലെ.

കേണൽ വന്ന് ഉണ്ണിമായയുടെ നെറ്റിയിൽ കൈവച്ചു. പൊള്ളിയ പോലെ കൈവലിക്കയും ചെയ്തു.

ജനലിലിരുന്ന കുരുവി എന്തോ ചോദിച്ചു. കടന്നുവന്ന കാറ്റ് എന്തോ മറുപടിയും പറഞ്ഞു.

കേണൽ ശങ്കുമ്മാവനോടു പറഞ്ഞു

"ഉടനെ ഒരു ടാക്സി വിളിക്കണം. പോയി ഡോക്ടർ ഹരിദാസിനെ കൂട്ടിക്കൊണ്ടുവരണം."

കേട്ടപാതി ശങ്കുമ്മാവൻ താഴേക്കോടി. ടൗണിലേക്കു പോവണമെങ്കിൽ കടത്തുകടന്ന് ടാക്സി വിളിച്ചോ, ബസ് പിടിച്ചോ പോവണം. ശങ്കുമ്മാവൻ അശോകനെ തിരക്കി അമ്മൂമ്മയുടെ വീട്ടിലേക്കു പോയി. അമ്മൂമ്മ മുരിങ്ങയില നേരെയാക്കുകയായിരുന്നു. പോക്കുവെയിലും മങ്ങിത്തുടങ്ങിയിരുന്നു. കണ്ണുപിടിക്കാത്തതുകൊണ്ട് അമ്മൂമ്മയ്ക്ക് മുറിക്കൈയൻ ഷർട്ടിട്ടുവന്ന ശങ്കുമ്മാവനെ മനസ്സിലായില്ല.

"ആരാ?" അമ്മൂമ്മ ചോദിച്ചു.

"ഞാനാ അമ്മൂമ്മേ." ശങ്കുമ്മാവൻ കോലായിലേക്കു കയറി പറഞ്ഞു.

"അശോകനുണ്ടോ?"

അകത്തുനിന്ന് അശോകൻ ഓടിവന്നു.

"വേഗം പുറപ്പെട്. ഡാക്കിട്ടറെ കൊണ്ടുവരാൻ ടൗണിലേക്കു പോണം. നീയും വായോ."

"ആർക്കാ വയ്യായ്മ?" അമ്മൂമ്മ ശാന്തമായി അന്വേഷിച്ചു.

"ഉണ്ണിമായയ്ക്ക് കടുത്ത പനി." അശോകനോടൊപ്പം ഇറങ്ങുമ്പോൾ ശങ്കുമ്മാവൻ പറഞ്ഞു. അമ്മൂമ്മ നിശ്ചലയായി അങ്ങനെ ഏറെനേരം ഇരുന്നു. അവരുടെ മങ്ങിയ കണ്ണുകൾ നിറഞ്ഞിരുന്നു.

അശോകനും ശങ്കുമ്മാവനും പോയപോലെ മടങ്ങി. ഡോക്ടർ സ്ഥലത്തില്ല. പിറ്റേദിവസം രാവിലയേ വരൂ. പിന്നെ ഒരു ഡോക്ടറുള്ളത് മുപ്പതു കിലോമീറ്റർ അകലെയാണ്. അദ്ദേഹത്തെ പോയി വിളിച്ചപ്പോൾ രാത്രി ഇത്രദൂരം വരാൻ സാധിക്കില്ല എന്ന് തീർത്തു പറഞ്ഞു.

നാണിയമ്മ ഐസ് വച്ച് ഉണ്ണിമായയുടെ നെറ്റിത്തടം തണുപ്പിച്ചുകൊണ്ടിരുന്നു. ഒരു യാമം കഴിഞ്ഞപ്പോൾ പനി അയഞ്ഞു. എല്ലാവർക്കും സമാധാനമായി. എല്ലാവരും ഒന്നു മയങ്ങി.

ജനലഴിയിൽ ഒരു കുരുവി മാത്രം ഉറക്കമിളച്ച് ഇരുന്നിരുന്നു.

രാവിലെ വീണ്ടും പനി അധികമായി. ശങ്കുമ്മാവനും അശോകനും വീണ്ടും പോയി. കടത്തുകാരൻ രാവുണ്ണിനായർ അവരെ വേഗം തുഴഞ്ഞ് അക്കരെ എത്തിച്ചു. അത്തവണ അവർ ഡോക്ടറെയും കൊണ്ടാണ് വന്നത്.

ഡോക്ടർ ഉണ്ണിമായയെ പരിശോധിച്ചു. പനി അപ്പോഴും അധികമാവുകയായിരുന്നു. ഡോക്ടർ പലതവണ വിളിച്ചിട്ടും ഉണ്ണിമായ കണ്ണു തുറന്നില്ല. ഒരിക്കൽ വരളുചുണ്ടനക്കി അവൾ 'മീനാക്ഷി' എന്നു മാത്രം

പറഞ്ഞു.

"ആരാണ് മീനാക്ഷി?" ഉണ്ണിമായയ്ക്ക് ഇഞ്ചക്ഷൻ കൊടുത്തുകൊണ്ട് ഡോക്ടർ ചോദിച്ചു.

ശങ്കുമ്മാവൻ കേണലിനെ നോക്കി. കേണലിന്റെ മുഖം വിവർണ്ണമായി.

"അത് ബടത്തെ പൂച്ചടെ പേരല്ലേ!"

നാണിയമ്മ അതിശയം കൂറി.

"ആരാ ഈ മീനാക്ഷി? ഈ കുട്ടീടെ അമ്മ എവിടെ?" ഡോക്ടർ ചോദിച്ചു.

"മീനാക്ഷി അവളുടെ അമ്മടെ പേരാണ്. അവൾ മരിച്ചുപോയി." പറഞ്ഞത് അമ്മൂമ്മയാണ്. വാതില്ക്കൽ അവർ നില്ക്കുന്നത് ആരും കണ്ടില്ല. കേണലിന്റെ മുഖം ആളിക്കത്തുന്നതുപോലെ ചുവന്നു. ഡോക്ടർ ഉണ്ണിമായയെ ഒന്നുകൂടി നോക്കി മരുന്നെഴുതി പോകാനെഴുന്നേറ്റു.

"പേടിക്കാനൊന്നുമില്ല. എന്നാലും പനികൂടാതെ സൂക്ഷിക്കണം. പനികൂടുന്നതായി തോന്നുമ്പോഴൊക്കെ ഐസ് വച്ച് നെറ്റി തണുപ്പിക്കണം."

ഡോക്ടറോടൊപ്പം ശങ്കുമ്മാവൻ താഴേക്കു പോയി. നാണിയമ്മയും താഴേക്കുപോയി.

അമ്മൂമ്മ സാവധാനം മുറിയിലേക്കു വന്നു. കേണൽ ഉണ്ണിമായയെ ശ്രദ്ധിച്ചു നില്ക്കുകയായിരുന്നു.

"മീനാക്ഷി" അവ്യക്തമായി ഉണ്ണിമായ വീണ്ടും പറഞ്ഞു.

"ഇങ്ങനെ കെടക്കുമ്പഴും കുട്ടീടെ ചുണ്ടിൽ നിങ്ങളുടെ പേരല്ലല്ലോ വരുന്നത് കേണൽസാറേ!" അമ്മൂമ്മ പറഞ്ഞു.

നാണിയമ്മ ബാർലിവെള്ളവും ശങ്കുമ്മാവൻ മരുന്നുമായി മുറിയിലേക്കു കടന്നു. കേണൽ രൂക്ഷമായി അമ്മൂമ്മയെ നോക്കി.

"നോക്കി പേടിപ്പിക്കണ്ട." അമ്മൂമ്മ പറഞ്ഞു. "പേടിപ്പിച്ച് പേടിപ്പിച്ചാണ് ഈ കുട്ടി ഈ കിടപ്പുകിടക്കുന്നത്."

അശോകൻ അമ്മൂമ്മയെ തടയാൻ നോക്കി. കേണൽ അമ്മൂമ്മയെ തറപ്പിച്ചു നോക്കി അങ്ങനെ നിന്നു. എന്തുവേണമെങ്കിലും സംഭവിച്ചേക്കുമെന്ന് ശങ്കുമ്മാവൻ ഭയന്നു.

"മീനാക്ഷീ!" ഉണ്ണിമായ അബോധാവസ്ഥയിൽ വിളിച്ചു.

"പത്തു മാസെ അതിന്റെ അമ്മടെ വയറ്റിൽ അതു കിടന്നിട്ടുള്ളു. ബാക്കിയുള്ള കാലമത്രയും നിങ്ങടെ കൂടെയായിരുന്നൂലോ. എന്നിട്ടും ആ മനസ്സിൽ നിങ്ങടെ മുഖം തെളിയാത്തതെന്താന്ന് ആലോചിക്ക്." അമ്മൂമ്മ പറഞ്ഞു.

"തോക്കെടുത്തു വെടിവെച്ചിടാൻ മാത്രം പഠിച്ചാപോരാ. സ്നേഹിക്കാനറിയണം. അതെങ്ങനെ, സ്നേഹിക്കാൻ പഠിച്ചുപോയാൽ പിന്നെ തോക്കെടുത്തു വെടിവയ്ക്കാൻ പഠിക്കില്ലല്ലോ."

കേണലിന് ഉത്തരമുണ്ടായിരുന്നില്ല.

"പട്ടാള നിയമത്തിനും ചിട്ടയ്ക്കും ഒക്കെ അപ്പുറത്താണ് അമ്മമാരും

കുട്ടികളും ചിത്രം വരയും കവിതയും പാട്ടും കഥയും ഒക്കെ. എത്രവെടി വെച്ചിട്ടാലും മരിക്കാൻ കൂട്ടാക്കാത്ത ചിലത് ഈ ഭൂമീലുമുണ്ട്." അമ്മൂമ്മ കിതച്ചുകൊണ്ടു പറഞ്ഞു.

"തോക്കെടുത്ത് വെടിവെക്കണേക്കാളും ഗംഭീരായിട്ടല്ലെ, അമ്മൂമ്മ കേണൽസാറിനെ വെടിവെച്ചിടണത്." നാണിയമ്മ അശോകന്റെ ചെവിയിൽ പറഞ്ഞു.

ശങ്കുമ്മാവൻ നാണിയമ്മയെ രൂക്ഷമായി ഒന്നുനോക്കി.

അമ്മൂമ്മ മറുപടിക്കു കാക്കാതെ അശോകനോടു വരാൻ ആംഗ്യം കാണിച്ചു. മെല്ലെ മെല്ലെ, പ്രയാസപ്പെട്ട് കോണിയിറങ്ങിപ്പോയി. ശങ്കുമ്മാവനും നാണിയമ്മയും അനുഗമിച്ചു.

കേണൽ മുറിയിൽ തനിച്ചായി. സാവധാനം ഉണ്ണിമായയുടെ അരികിൽ പോയി ഇരുന്നു. തൊട്ടുനോക്കിയപ്പോൾ വിയർക്കുന്നതായി കണ്ട്, പുതപ്പുമാറ്റി. ഉണ്ണിമായയുടെ നെഞ്ചിൽ അപ്പോഴും അവളുടെ അച്ഛന്റെയും അമ്മയുടെയും ഫോട്ടോ ചേർത്തുപിടിച്ചിരുന്നു. കേണൽ ജിജ്ഞാസയോടെ മെല്ലെ അതെടുത്തു മാറ്റി നോക്കി.

ഫോട്ടോയിലിരുന്നു ചിരിക്കുന്ന മകൻ.

മരുമകളുടെ കുലീനമായ മന്ദഹാസം.

കേണലിന്റെ നെഞ്ച് നുറുങ്ങുന്നതുപോലെ തോന്നി.

ഉറങ്ങിക്കിടക്കുന്ന ഉണ്ണിമായയ്ക്ക് മാധവൻകുട്ടിയുടെ അതേ ഛായയാണെന്ന് കേണൽ കണ്ടു. അതേ ചുരുൾമുടി, നിറം, ഇടതൂർന്ന കൺപീലികൾ. ഫോട്ടോയ്ക്കുള്ളിലിരുന്ന് എന്നത്തേയുംപോലെ 'അച്ഛാ' എന്ന് മാധവൻകുട്ടി വിളിക്കുന്നതുപോലെ.

കേണലിന്റെ കണ്ണുകൾ നിറഞ്ഞു ധാരധാരയായി ഒഴുകുവാൻ തുടങ്ങി. തടഞ്ഞുവച്ചിരുന്നതെല്ലാംകൂടി അണതകർത്തു കുത്തിയൊലിച്ചു വരുന്നതുപോലെ.

ഉണ്ണിമായയുടെ മയക്കം തെളിഞ്ഞു. അവൾ കേണലിനെ നോക്കി വിളർത്ത ഒരു മന്ദഹാസം സമ്മാനിച്ചു. എന്നിട്ടു ചോദിച്ചു, ക്ഷീണിച്ച സ്വരത്തിൽ:

"എന്തിനാ മുത്തശ്ശൻ കരയണത്? ഉണ്ണിമായ ബോർഡിങ്ങിൽ പോണതിനാണോ?"

കേണൽ ഉണ്ണിമായയെ വാരിയെടുത്ത് ചുമലിലിട്ടുകൊണ്ടു പറഞ്ഞു:

"മോൾ എവിടേക്കും പോണ്ട. മുത്തശ്ശന്റെ കൂടെ നിന്നാ മതി. എവിടേക്കും പോണ്ട."

തോളിൽ തലചായ്ച്ച് മുത്തശ്ശന്റെ ചുമലിൽ തട്ടി സമാധാനിപ്പിച്ച് ഉണ്ണിമായ പറഞ്ഞു:

"മുത്തശ്ശൻ കരയല്ലേ, ഉണ്ണിമായ പോണില്ല."

അവൾ വീണ്ടും മയക്കത്തിലേക്കു വീണു.

തെല്ലുനേരം കഴിഞ്ഞപ്പോഴേക്കും പനി കൂടി. കേണൽ ഉണ്ണാതെ ഉറങ്ങാതെ അവൾക്ക് കാവലിരുന്നു.

ആ വീട്ടിൽ മൂകത പരന്നു.

കാറ്റും പക്ഷികളും ആൽമരവും പോലും നിശ്ശബ്ദമായതുപോലെ.

അന്ന് പകൽ മുഴുവൻ ഉണ്ണിമായയുടെ പനി ഏറിയും കുറഞ്ഞുമിരുന്നു. ശങ്കുമ്മാവൻ ഒന്നും കഴിക്കാതെ അമ്പലത്തിലിരുന്ന് പ്രാർത്ഥിക്കയായിരുന്നു.

അങ്ങനെയിരിക്കെ സന്ധ്യയോടെ ഉണ്ണിമായയുടെ പനി കുറഞ്ഞു. അശോകൻ ഓടിപ്പോയി ശങ്കുമ്മാവനെ വിളിച്ചിട്ടു വന്നു. അതിനൊരു കാരണവുമുണ്ടായിരുന്നു. ശങ്കുമ്മാവനെയാണ് ഉണ്ണിമായ ഏറ്റവും ആദ്യം അന്വേഷിച്ചത്. പിന്നീട് കുറിഞ്ഞിപ്പൂച്ചയെ. കറുമ്പിപ്പശുവിനെ കാണാൻ പനി മാറി മിടുക്കത്തിയായാലേ കൊണ്ടുപോകാൻ പറ്റൂ എന്ന് ശങ്കുമ്മാവൻ പറഞ്ഞു.

രാത്രി ഉണ്ണിമായ ഉറങ്ങുന്നതുവരെ ശങ്കുമ്മാവൻ കൂടെയിരുന്നു. ഉറങ്ങിക്കഴിഞ്ഞ് ഏറെനേരവും ശങ്കുമ്മാവൻ ഉറങ്ങാതെ കൂട്ടിരുന്നു. ഇടയ്ക്ക് കേണൽ മുത്തശ്ശൻ വന്ന് നോക്കിപ്പോയി. പനി കുറഞ്ഞതു കൊണ്ട് പോയി കിടന്നുകൊള്ളാൻ ശങ്കുമ്മാവനെ കേണൽ മുത്തശ്ശൻ നിർബ്ബന്ധിച്ചുവെങ്കിലും ശങ്കുമ്മാവൻ പോയില്ല. അങ്ങനെ ഇരുന്നിരുന്ന് ശങ്കുമ്മാവനും ഒന്നു മയങ്ങിപ്പോയി.

പന്ത്രണ്ട്

ശങ്കുമ്മാവൻ മയങ്ങിപ്പോയെങ്കിലും രാത്രിയുടെ നിശ്ശബ്ദതയിൽ പെട്ടെന്നൊരു നിമിഷം സർവ്വചരാചരങ്ങളും ഉണർന്ന് വീർപ്പടക്കി നിലയുറപ്പിച്ചു. അത് ശങ്കുമ്മാവനറിഞ്ഞില്ല. ആൽമരത്തിലെ പൊത്തിൽ ഒരു കുരുവി തന്റെ കുഞ്ഞിനെ വിളിച്ചുണർത്തി. കോഴിക്കൂട്ടിൽ കോഴി ഉണർന്നു മെല്ലെ ശബ്ദമുണ്ടാക്കി. കുറിഞ്ഞിപ്പൂച്ച ശബ്ദമുണ്ടാക്കാതെ കയറിവന്ന് ഉണ്ണിമായയുടെ മുറിയിൽ വന്നു നില്പായി. കറമ്പിപ്പശു ഉറക്കെ ഒന്നമറി. അതിന്റെ പുള്ളിപ്പശുക്കുട്ടിയുടെ കാതിലെന്തോ പറഞ്ഞു. വാലാട്ടിപ്പക്ഷി ചിലച്ചതിനു വണ്ണാത്തിക്കിളി തോരാതെ വഴക്കുപറഞ്ഞു. കാറ്റ് മെല്ലെ വീശുകയും നിലാവുദിക്കുകയും ചെയ്തു. ഉജ്ജ്വലമായ ഒരു പരിവേഷത്തോടെ മയിൽപ്പീലി ജനലിലൂടെ കടന്നുവന്ന് ഉണ്ണിമായയെ ഉഴിഞ്ഞു. സമസ്തലോകവും മോഹനനിദ്രയിൽ ആണ്ടുപോവുകയും ഉണ്ണിമായ ഉണരുകയും ചെയ്തു.

"പോരൂ..." അവളുടെ ചെവിയിലാരോ മന്ത്രിച്ചു. അവൾ സാവധാനം എഴുന്നേറ്റ് മയിൽപ്പീലിയെ പിന്തുടർന്നു. കുറിഞ്ഞിപ്പൂച്ച മെല്ലെ 'മ്യാവൂ?' എന്ന് ഒന്നു ചോദിച്ചു. പിന്നെ മുറ്റംവരെ പിന്തുടർന്നു. കോഴിക്കൂട്ടിനടുത്തുകൂടെ പോയപ്പോൾ തള്ളക്കോഴി പൊടുന്നനേ നിശ്ശബ്ദയായി. അമ്പലമുറ്റമെത്തിയപ്പോൾ ദിവ്യമായൊരു വേണുഗാനം പ്രപഞ്ചമാകെ നിറഞ്ഞു. ഉണ്ണിമായയ്ക്ക് എന്തെന്നില്ലാത്ത സന്തോഷം തോന്നി.

"കൃഷ്ണാ, ഞാൻ പൂവാണ്." ഉണ്ണിമായ യാത്ര പറഞ്ഞു. ആലിലകൾ കൈവീശി യാത്രാമംഗളം നേർന്നു.

"പോരൂ." അവളോട് ആരോ മന്ത്രിച്ചു.

മയിൽപ്പീലി, നൃത്തത്തിന്റെ ലാഘവമുള്ള ചലനങ്ങളോടെ മുന്നിൽ വഴി കാണിച്ചു.

നടന്നുനടന്ന് ഉണ്ണിമായ പുഴക്കരയിലെത്തി. നിലാവിൽകുളിച്ച പുഴ അപ്പോൾ ഒഴുക്ക് കുറഞ്ഞ് നിശ്ചലയായി കിടക്കുകയായിരുന്നു.

രാവിലെ കാണുന്ന പുഴയല്ല രാത്രി കാണുന്ന പുഴ.

ഒരിക്കൽ കാണുന്ന പുഴയല്ല മറ്റൊരിക്കൽ കാണുന്ന പുഴ- ഉണ്ണിമായ ഓർത്തു.

പുഴവക്കത്ത് അവൾ എന്തോ കാത്തുനിന്നു. രാവുണ്ണിനായരുടെ തോണി ഓരംചേർത്തു കെട്ടിയിട്ടിരിക്കുന്നതു കണ്ടു. മയിൽപ്പീലിചെന്ന് ഒന്നുഴിഞ്ഞപ്പോൾ കെട്ടഴിഞ്ഞ് തോണി പുഴയിലൂടെ, തന്നെ തെന്നി നീങ്ങി.

ഉണ്ണിമായ പൊട്ടിച്ചിരിച്ചു. അവളുടെ ചിരി നദിയിൽ വീണു ചിതറി. അങ്ങനെ നില്ക്കുമ്പോൾ പൊടുന്നനെ മയിൽപ്പീലി അപ്രത്യക്ഷമായി. അക്ഷമയോടെ നോക്കിനില്ക്കുമ്പോൾ സംഗീതവും നിലച്ചു.

സർവ്വത്ര നിശ്ചലത. നിശ്ശബ്ദത. അപ്പോൾ നിശ്ചലമായ പുഴയിൽ ദൂരെ ഒരു അലയിളകിവരുന്നത് ഉണ്ണിമായ കണ്ടു. അലയിൽ ഒരു മയിൽപ്പീലി. ആദ്യത്തെ അലയ്ക്കുപിന്നാലെ ഒരു നൂറ് അലകളിൽ ഒരു നൂറു മയിൽപ്പീലികൾ. അവ ഒരായിരം അലകളും മയിൽപ്പീലികളുമായി വർദ്ധിച്ചു.

മയിൽപ്പീലി പുഴയാണെന്നു തോന്നി ഉണ്ണിമായയ്ക്ക്. അവയിൽ കുറേ മയിൽപ്പീലികൾചേർന്ന് ഒരു ചങ്ങാടമായി. ഉണ്ണിമായ നില്ക്കുന്നിടത്തേക്ക് അദൃശ്യനായ ഒരാൾ തുഴഞ്ഞാലെന്നപോലെ വന്നടുത്തു.

"പോരൂ." ആരോ വിളിച്ചു.

അതാരാണെന്ന് ഉണ്ണിമായ തിരിച്ചറിഞ്ഞു.

അവൾ ചങ്ങാടത്തിലേക്ക് കുഞ്ഞിക്കാലെടുത്തുവച്ചു.

ഒഴുക്കിൽ ചങ്ങാടം നീങ്ങവേ, ദൂരെ മലവെള്ളം കുത്തിയൊലിച്ചു കലങ്ങിമറിഞ്ഞു പുറപ്പെട്ടു.

മലവെള്ളപ്പാച്ചിലിൽ പുഴ കവിഞ്ഞ് വലിയൊരു അലയിൽ തീരത്തെ എല്ലാ ചെറുതും വലുതുമായ ചെടികളും ചങ്ങാടവും അപ്രത്യക്ഷമായി.

ആരോ കഴുകി വൃത്തിയാക്കിയതുപോലെ പുഴയുടെ തീരങ്ങൾ ശൂന്യമായി; ഒരു അടയാളംപോലും ബാക്കിയില്ലാതെ ശൂന്യമായി.

www.ingramcontent.com/pod-product-compliance
Lightning Source LLC
LaVergne TN
LVHW040831051026
849519LV00007BB/2813
* 9 7 8 9 3 8 6 3 6 4 2 6 5 *